Addition
Facts
Practice
Workbook

First Edition

Welcome to the Addition Facts Practice Workbook. It just takes five minutes a day. Your child will practice with the same sheet every day which will give them the chance to improve every day. There are 60 pages included here. You can print out this whole book or extra pages if needed from where you purchased this on our site.

The first pages will introduce your child to the addition facts. They can count on and refer back as much as they need to in order to answer their fact sheets. Every time they answer correctly, it's practice. It's important for them to answer correctly rather than to guess.

Once you get to the facts practice, give your child five minutes on a timer to answer as many correctly as possible. Then check the answers. You can find the list of answers in the back of the book. Write the number of correct answers in the score blank. Encourage your child to beat his record each day. Once your child can get them all correct, your child can continue and get rewarded by racing their own time record each day.

Subtraction should come next once this book is mastered. It can be found at either GenesisCurriculum.com or allinonehomeschool.com.

Addition is putting things together. When you add nothing to something, you have the same amount. When you add one to something, you end up with one more. Count on zero and one and write in the answers below. The numbers will go in order because each is adding one more than what comes before.

$0 + 1 =$ _____

$0 + 2 =$ _____

$0 + 3 =$ _____

$0 + 4 =$ _____

$0 + 5 =$ _____

$0 + 6 =$ _____

$0 + 7 =$ _____

$0 + 8 =$ _____

$0 + 9 =$ _____

$1 + 1 =$ _____

$1 + 2 =$ _____

$1 + 3 =$ _____

$1 + 4 =$ _____

$1 + 5 =$ _____

$1 + 6 =$ _____

$1 + 7 =$ _____

$1 + 8 =$ _____

$1 + 9 =$ _____

Fill in the answers below. Count on to add. The numbers will go in order because each is adding one more than what comes before.

2 + 1 = _____   3 + 1 = _____

2 + 2 = _____   3 + 2 = _____

2 + 3 = _____   3 + 3 = _____

2 + 4 = _____   3 + 4 = _____

2 + 5 = _____   3 + 5 = _____

2 + 6 = _____   3 + 6 = _____

2 + 7 = _____   3 + 7 = _____

2 + 8 = _____   3 + 8 = _____

2 + 9 = _____   3 + 9 = _____

Fill in the answers below. Count on to add. The numbers will go in order because each is adding one more than what comes before.

$4 + 1 = \underline{\hspace{2cm}}$

$4 + 2 = \underline{\hspace{2cm}}$

$4 + 3 = \underline{\hspace{2cm}}$

$4 + 4 = \underline{\hspace{2cm}}$

$4 + 5 = \underline{\hspace{2cm}}$

$4 + 6 = \underline{\hspace{2cm}}$

$4 + 7 = \underline{\hspace{2cm}}$

$4 + 8 = \underline{\hspace{2cm}}$

$4 + 9 = \underline{\hspace{2cm}}$

$5 + 1 = \underline{\hspace{2cm}}$

$5 + 2 = \underline{\hspace{2cm}}$

$5 + 3 = \underline{\hspace{2cm}}$

$5 + 4 = \underline{\hspace{2cm}}$

$5 + 5 = \underline{\hspace{2cm}}$

$5 + 6 = \underline{\hspace{2cm}}$

$5 + 7 = \underline{\hspace{2cm}}$

$5 + 8 = \underline{\hspace{2cm}}$

$5 + 9 = \underline{\hspace{2cm}}$

Fill in the answers below. Count on to add. The numbers will go in order because each is adding one more than what comes before.

6 + 1 = _____   7 + 1 = _____

6 + 2 = _____   7 + 2 = _____

6 + 3 = _____   7 + 3 = _____

6 + 4 = _____   7 + 4 = _____

6 + 5 = _____   7 + 5 = _____

6 + 6 = _____   7 + 6 = _____

6 + 7 = _____   7 + 7 = _____

6 + 8 = _____   7 + 8 = _____

6 + 9 = _____   7 + 9 = _____

Fill in the answers below. Count on to add. The numbers will go in order because each is adding one more than what comes before.

8 + 1 = _____   9 + 1 = _____

8 + 2 = _____   9 + 2 = _____

8 + 3 = _____   9 + 3 = _____

8 + 4 = _____   9 + 4 = _____

8 + 5 = _____   9 + 5 = _____

8 + 6 = _____   9 + 6 = _____

8 + 7 = _____   9 + 7 = _____

8 + 8 = _____   9 + 8 = _____

8 + 9 = _____   9 + 9 = _____

Look at 8 + 9 and 9 + 8. The answers are the same. It doesn't matter which way you add numbers together. No matter which number you start with, when you add and count them all together, you get the same answer.

1 + 7 =	3 + 4 =	9 + 1 =
5 + 2 =	2 + 1 =	8 + 7 =
4 + 4 =	3 + 5 =	2 + 9 =
6 + 7 =	5 + 5 =	2 + 2 =
9 + 3 =	4 + 2 =	4 + 6 =
5 + 8 =	8 + 6 =	8 + 3 =
0 + 4 =	9 + 2 =	7 + 1 =
2 + 3 =	6 + 5 =	7 + 5 =
6 + 8 =	4 + 7 =	6 + 2 =
9 + 7 =	1 + 3 =	9 + 6 =
1 + 6 =	2 + 4 =	8 + 1 =
2 + 8 =	3 + 6 =	9 + 9 =
6 + 3 =	6 + 9 =	2 + 7 =
9 + 5 =	3 + 9 =	1 + 4 =
4 + 1 =	8 + 8 =	3 + 2 =
5 + 3 =	4 + 9 =	7 + 9 =
3 + 3 =	8 + 2 =	0 + 8 =
6 + 4 =	4 + 5 =	5 + 7 =
7 + 6 =	2 + 5 =	3 + 1 =
9 + 8 =	6 + 6 =	7 + 7 =
5 + 6 =	7 + 8 =	5 + 1 =
3 + 8 =	0 + 9 =	1 + 2 =
2 + 6 =	4 + 8 =	9 + 8 =
7 + 3 =	1 + 9 =	6 + 0 =
8 + 5 =	7 + 2 =	8 + 4 =
9 + 4 =	6 + 1 =	5 + 9 =
7 + 4 =	4 + 3 =	0 + 7 =
5 + 4 =	8 + 9 =	3 + 7 =

1 + 7 =	3 + 4 =	9 + 1 =
5 + 2 =	2 + 1 =	8 + 7 =
4 + 4 =	3 + 5 =	2 + 9 =
6 + 7 =	5 + 5 =	2 + 2 =
9 + 3 =	4 + 2 =	4 + 6 =
5 + 8 =	8 + 6 =	8 + 3 =
0 + 4 =	9 + 2 =	7 + 1 =
2 + 3 =	6 + 5 =	7 + 5 =
6 + 8 =	4 + 7 =	6 + 2 =
9 + 7 =	1 + 3 =	9 + 6 =
1 + 6 =	2 + 4 =	8 + 1 =
2 + 8 =	3 + 6 =	9 + 9 =
6 + 3 =	6 + 9 =	2 + 7 =
9 + 5 =	3 + 9 =	1 + 4 =
4 + 1 =	8 + 8 =	3 + 2 =
5 + 3 =	4 + 9 =	7 + 9 =
3 + 3 =	8 + 2 =	0 + 8 =
6 + 4 =	4 + 5 =	5 + 7 =
7 + 6 =	2 + 5 =	3 + 1 =
9 + 8 =	6 + 6 =	7 + 7 =
5 + 6 =	7 + 8 =	5 + 1 =
3 + 8 =	0 + 9 =	1 + 2 =
2 + 6 =	4 + 8 =	9 + 8 =
7 + 3 =	1 + 9 =	6 + 0 =
8 + 5 =	7 + 2 =	8 + 4 =
9 + 4 =	6 + 1 =	5 + 9 =
7 + 4 =	4 + 3 =	0 + 7 =
5 + 4 =	8 + 9 =	3 + 7 =

1 + 7 =	3 + 4 =	9 + 1 =
5 + 2 =	2 + 1 =	8 + 7 =
4 + 4 =	3 + 5 =	2 + 9 =
6 + 7 =	5 + 5 =	2 + 2 =
9 + 3 =	4 + 2 =	4 + 6 =
5 + 8 =	8 + 6 =	8 + 3 =
0 + 4 =	9 + 2 =	7 + 1 =
2 + 3 =	6 + 5 =	7 + 5 =
6 + 8 =	4 + 7 =	6 + 2 =
9 + 7 =	1 + 3 =	9 + 6 =
1 + 6 =	2 + 4 =	8 + 1 =
2 + 8 =	3 + 6 =	9 + 9 =
6 + 3 =	6 + 9 =	2 + 7 =
9 + 5 =	3 + 9 =	1 + 4 =
4 + 1 =	8 + 8 =	3 + 2 =
5 + 3 =	4 + 9 =	7 + 9 =
3 + 3 =	8 + 2 =	0 + 8 =
6 + 4 =	4 + 5 =	5 + 7 =
7 + 6 =	2 + 5 =	3 + 1 =
9 + 8 =	6 + 6 =	7 + 7 =
5 + 6 =	7 + 8 =	5 + 1 =
3 + 8 =	0 + 9 =	1 + 2 =
2 + 6 =	4 + 8 =	9 + 8 =
7 + 3 =	1 + 9 =	6 + 0 =
8 + 5 =	7 + 2 =	8 + 4 =
9 + 4 =	6 + 1 =	5 + 9 =
7 + 4 =	4 + 3 =	0 + 7 =
5 + 4 =	8 + 9 =	3 + 7 =

1 + 7 =	3 + 4 =	9 + 1 =
5 + 2 =	2 + 1 =	8 + 7 =
4 + 4 =	3 + 5 =	2 + 9 =
6 + 7 =	5 + 5 =	2 + 2 =
9 + 3 =	4 + 2 =	4 + 6 =
5 + 8 =	8 + 6 =	8 + 3 =
0 + 4 =	9 + 2 =	7 + 1 =
2 + 3 =	6 + 5 =	7 + 5 =
6 + 8 =	4 + 7 =	6 + 2 =
9 + 7 =	1 + 3 =	9 + 6 =
1 + 6 =	2 + 4 =	8 + 1 =
2 + 8 =	3 + 6 =	9 + 9 =
6 + 3 =	6 + 9 =	2 + 7 =
9 + 5 =	3 + 9 =	1 + 4 =
4 + 1 =	8 + 8 =	3 + 2 =
5 + 3 =	4 + 9 =	7 + 9 =
3 + 3 =	8 + 2 =	0 + 8 =
6 + 4 =	4 + 5 =	5 + 7 =
7 + 6 =	2 + 5 =	3 + 1 =
9 + 8 =	6 + 6 =	7 + 7 =
5 + 6 =	7 + 8 =	5 + 1 =
3 + 8 =	0 + 9 =	1 + 2 =
2 + 6 =	4 + 8 =	9 + 8 =
7 + 3 =	1 + 9 =	6 + 0 =
8 + 5 =	7 + 2 =	8 + 4 =
9 + 4 =	6 + 1 =	5 + 9 =
7 + 4 =	4 + 3 =	0 + 7 =
5 + 4 =	8 + 9 =	3 + 7 =

1 + 7 =	3 + 4 =	9 + 1 =
5 + 2 =	2 + 1 =	8 + 7 =
4 + 4 =	3 + 5 =	2 + 9 =
6 + 7 =	5 + 5 =	2 + 2 =
9 + 3 =	4 + 2 =	4 + 6 =
5 + 8 =	8 + 6 =	8 + 3 =
0 + 4 =	9 + 2 =	7 + 1 =
2 + 3 =	6 + 5 =	7 + 5 =
6 + 8 =	4 + 7 =	6 + 2 =
9 + 7 =	1 + 3 =	9 + 6 =
1 + 6 =	2 + 4 =	8 + 1 =
2 + 8 =	3 + 6 =	9 + 9 =
6 + 3 =	6 + 9 =	2 + 7 =
9 + 5 =	3 + 9 =	1 + 4 =
4 + 1 =	8 + 8 =	3 + 2 =
5 + 3 =	4 + 9 =	7 + 9 =
3 + 3 =	8 + 2 =	0 + 8 =
6 + 4 =	4 + 5 =	5 + 7 =
7 + 6 =	2 + 5 =	3 + 1 =
9 + 8 =	6 + 6 =	7 + 7 =
5 + 6 =	7 + 8 =	5 + 1 =
3 + 8 =	0 + 9 =	1 + 2 =
2 + 6 =	4 + 8 =	9 + 8 =
7 + 3 =	1 + 9 =	6 + 0 =
8 + 5 =	7 + 2 =	8 + 4 =
9 + 4 =	6 + 1 =	5 + 9 =
7 + 4 =	4 + 3 =	0 + 7 =
5 + 4 =	8 + 9 =	3 + 7 =

1 + 7 =	3 + 4 =	9 + 1 =
5 + 2 =	2 + 1 =	8 + 7 =
4 + 4 =	3 + 5 =	2 + 9 =
6 + 7 =	5 + 5 =	2 + 2 =
9 + 3 =	4 + 2 =	4 + 6 =
5 + 8 =	8 + 6 =	8 + 3 =
0 + 4 =	9 + 2 =	7 + 1 =
2 + 3 =	6 + 5 =	7 + 5 =
6 + 8 =	4 + 7 =	6 + 2 =
9 + 7 =	1 + 3 =	9 + 6 =
1 + 6 =	2 + 4 =	8 + 1 =
2 + 8 =	3 + 6 =	9 + 9 =
6 + 3 =	6 + 9 =	2 + 7 =
9 + 5 =	3 + 9 =	1 + 4 =
4 + 1 =	8 + 8 =	3 + 2 =
5 + 3 =	4 + 9 =	7 + 9 =
3 + 3 =	8 + 2 =	0 + 8 =
6 + 4 =	4 + 5 =	5 + 7 =
7 + 6 =	2 + 5 =	3 + 1 =
9 + 8 =	6 + 6 =	7 + 7 =
5 + 6 =	7 + 8 =	5 + 1 =
3 + 8 =	0 + 9 =	1 + 2 =
2 + 6 =	4 + 8 =	9 + 8 =
7 + 3 =	1 + 9 =	6 + 0 =
8 + 5 =	7 + 2 =	8 + 4 =
9 + 4 =	6 + 1 =	5 + 9 =
7 + 4 =	4 + 3 =	0 + 7 =
5 + 4 =	8 + 9 =	3 + 7 =

1 + 7 =	3 + 4 =	9 + 1 =
5 + 2 =	2 + 1 =	8 + 7 =
4 + 4 =	3 + 5 =	2 + 9 =
6 + 7 =	5 + 5 =	2 + 2 =
9 + 3 =	4 + 2 =	4 + 6 =
5 + 8 =	8 + 6 =	8 + 3 =
0 + 4 =	9 + 2 =	7 + 1 =
2 + 3 =	6 + 5 =	7 + 5 =
6 + 8 =	4 + 7 =	6 + 2 =
9 + 7 =	1 + 3 =	9 + 6 =
1 + 6 =	2 + 4 =	8 + 1 =
2 + 8 =	3 + 6 =	9 + 9 =
6 + 3 =	6 + 9 =	2 + 7 =
9 + 5 =	3 + 9 =	1 + 4 =
4 + 1 =	8 + 8 =	3 + 2 =
5 + 3 =	4 + 9 =	7 + 9 =
3 + 3 =	8 + 2 =	0 + 8 =
6 + 4 =	4 + 5 =	5 + 7 =
7 + 6 =	2 + 5 =	3 + 1 =
9 + 8 =	6 + 6 =	7 + 7 =
5 + 6 =	7 + 8 =	5 + 1 =
3 + 8 =	0 + 9 =	1 + 2 =
2 + 6 =	4 + 8 =	9 + 8 =
7 + 3 =	1 + 9 =	6 + 0 =
8 + 5 =	7 + 2 =	8 + 4 =
9 + 4 =	6 + 1 =	5 + 9 =
7 + 4 =	4 + 3 =	0 + 7 =
5 + 4 =	8 + 9 =	3 + 7 =

1 + 7 =	3 + 4 =	9 + 1 =
5 + 2 =	2 + 1 =	8 + 7 =
4 + 4 =	3 + 5 =	2 + 9 =
6 + 7 =	5 + 5 =	2 + 2 =
9 + 3 =	4 + 2 =	4 + 6 =
5 + 8 =	8 + 6 =	8 + 3 =
0 + 4 =	9 + 2 =	7 + 1 =
2 + 3 =	6 + 5 =	7 + 5 =
6 + 8 =	4 + 7 =	6 + 2 =
9 + 7 =	1 + 3 =	9 + 6 =
1 + 6 =	2 + 4 =	8 + 1 =
2 + 8 =	3 + 6 =	9 + 9 =
6 + 3 =	6 + 9 =	2 + 7 =
9 + 5 =	3 + 9 =	1 + 4 =
4 + 1 =	8 + 8 =	3 + 2 =
5 + 3 =	4 + 9 =	7 + 9 =
3 + 3 =	8 + 2 =	0 + 8 =
6 + 4 =	4 + 5 =	5 + 7 =
7 + 6 =	2 + 5 =	3 + 1 =
9 + 8 =	6 + 6 =	7 + 7 =
5 + 6 =	7 + 8 =	5 + 1 =
3 + 8 =	0 + 9 =	1 + 2 =
2 + 6 =	4 + 8 =	9 + 8 =
7 + 3 =	1 + 9 =	6 + 0 =
8 + 5 =	7 + 2 =	8 + 4 =
9 + 4 =	6 + 1 =	5 + 9 =
7 + 4 =	4 + 3 =	0 + 7 =
5 + 4 =	8 + 9 =	3 + 7 =

1 + 7 =	3 + 4 =	9 + 1 =
5 + 2 =	2 + 1 =	8 + 7 =
4 + 4 =	3 + 5 =	2 + 9 =
6 + 7 =	5 + 5 =	2 + 2 =
9 + 3 =	4 + 2 =	4 + 6 =
5 + 8 =	8 + 6 =	8 + 3 =
0 + 4 =	9 + 2 =	7 + 1 =
2 + 3 =	6 + 5 =	7 + 5 =
6 + 8 =	4 + 7 =	6 + 2 =
9 + 7 =	1 + 3 =	9 + 6 =
1 + 6 =	2 + 4 =	8 + 1 =
2 + 8 =	3 + 6 =	9 + 9 =
6 + 3 =	6 + 9 =	2 + 7 =
9 + 5 =	3 + 9 =	1 + 4 =
4 + 1 =	8 + 8 =	3 + 2 =
5 + 3 =	4 + 9 =	7 + 9 =
3 + 3 =	8 + 2 =	0 + 8 =
6 + 4 =	4 + 5 =	5 + 7 =
7 + 6 =	2 + 5 =	3 + 1 =
9 + 8 =	6 + 6 =	7 + 7 =
5 + 6 =	7 + 8 =	5 + 1 =
3 + 8 =	0 + 9 =	1 + 2 =
2 + 6 =	4 + 8 =	9 + 8 =
7 + 3 =	1 + 9 =	6 + 0 =
8 + 5 =	7 + 2 =	8 + 4 =
9 + 4 =	6 + 1 =	5 + 9 =
7 + 4 =	4 + 3 =	0 + 7 =
5 + 4 =	8 + 9 =	3 + 7 =

1 + 7 =	3 + 4 =	9 + 1 =
5 + 2 =	2 + 1 =	8 + 7 =
4 + 4 =	3 + 5 =	2 + 9 =
6 + 7 =	5 + 5 =	2 + 2 =
9 + 3 =	4 + 2 =	4 + 6 =
5 + 8 =	8 + 6 =	8 + 3 =
0 + 4 =	9 + 2 =	7 + 1 =
2 + 3 =	6 + 5 =	7 + 5 =
6 + 8 =	4 + 7 =	6 + 2 =
9 + 7 =	1 + 3 =	9 + 6 =
1 + 6 =	2 + 4 =	8 + 1 =
2 + 8 =	3 + 6 =	9 + 9 =
6 + 3 =	6 + 9 =	2 + 7 =
9 + 5 =	3 + 9 =	1 + 4 =
4 + 1 =	8 + 8 =	3 + 2 =
5 + 3 =	4 + 9 =	7 + 9 =
3 + 3 =	8 + 2 =	0 + 8 =
6 + 4 =	4 + 5 =	5 + 7 =
7 + 6 =	2 + 5 =	3 + 1 =
9 + 8 =	6 + 6 =	7 + 7 =
5 + 6 =	7 + 8 =	5 + 1 =
3 + 8 =	0 + 9 =	1 + 2 =
2 + 6 =	4 + 8 =	9 + 8 =
7 + 3 =	1 + 9 =	6 + 0 =
8 + 5 =	7 + 2 =	8 + 4 =
9 + 4 =	6 + 1 =	5 + 9 =
7 + 4 =	4 + 3 =	0 + 7 =
5 + 4 =	8 + 9 =	3 + 7 =

1 + 7 =	3 + 4 =	9 + 1 =
5 + 2 =	2 + 1 =	8 + 7 =
4 + 4 =	3 + 5 =	2 + 9 =
6 + 7 =	5 + 5 =	2 + 2 =
9 + 3 =	4 + 2 =	4 + 6 =
5 + 8 =	8 + 6 =	8 + 3 =
0 + 4 =	9 + 2 =	7 + 1 =
2 + 3 =	6 + 5 =	7 + 5 =
6 + 8 =	4 + 7 =	6 + 2 =
9 + 7 =	1 + 3 =	9 + 6 =
1 + 6 =	2 + 4 =	8 + 1 =
2 + 8 =	3 + 6 =	9 + 9 =
6 + 3 =	6 + 9 =	2 + 7 =
9 + 5 =	3 + 9 =	1 + 4 =
4 + 1 =	8 + 8 =	3 + 2 =
5 + 3 =	4 + 9 =	7 + 9 =
3 + 3 =	8 + 2 =	0 + 8 =
6 + 4 =	4 + 5 =	5 + 7 =
7 + 6 =	2 + 5 =	3 + 1 =
9 + 8 =	6 + 6 =	7 + 7 =
5 + 6 =	7 + 8 =	5 + 1 =
3 + 8 =	0 + 9 =	1 + 2 =
2 + 6 =	4 + 8 =	9 + 8 =
7 + 3 =	1 + 9 =	6 + 0 =
8 + 5 =	7 + 2 =	8 + 4 =
9 + 4 =	6 + 1 =	5 + 9 =
7 + 4 =	4 + 3 =	0 + 7 =
5 + 4 =	8 + 9 =	3 + 7 =

1 + 7 =	3 + 4 =	9 + 1 =
5 + 2 =	2 + 1 =	8 + 7 =
4 + 4 =	3 + 5 =	2 + 9 =
6 + 7 =	5 + 5 =	2 + 2 =
9 + 3 =	4 + 2 =	4 + 6 =
5 + 8 =	8 + 6 =	8 + 3 =
0 + 4 =	9 + 2 =	7 + 1 =
2 + 3 =	6 + 5 =	7 + 5 =
6 + 8 =	4 + 7 =	6 + 2 =
9 + 7 =	1 + 3 =	9 + 6 =
1 + 6 =	2 + 4 =	8 + 1 =
2 + 8 =	3 + 6 =	9 + 9 =
6 + 3 =	6 + 9 =	2 + 7 =
9 + 5 =	3 + 9 =	1 + 4 =
4 + 1 =	8 + 8 =	3 + 2 =
5 + 3 =	4 + 9 =	7 + 9 =
3 + 3 =	8 + 2 =	0 + 8 =
6 + 4 =	4 + 5 =	5 + 7 =
7 + 6 =	2 + 5 =	3 + 1 =
9 + 8 =	6 + 6 =	7 + 7 =
5 + 6 =	7 + 8 =	5 + 1 =
3 + 8 =	0 + 9 =	1 + 2 =
2 + 6 =	4 + 8 =	9 + 8 =
7 + 3 =	1 + 9 =	6 + 0 =
8 + 5 =	7 + 2 =	8 + 4 =
9 + 4 =	6 + 1 =	5 + 9 =
7 + 4 =	4 + 3 =	0 + 7 =
5 + 4 =	8 + 9 =	3 + 7 =

1 + 7 =	3 + 4 =	9 + 1 =
5 + 2 =	2 + 1 =	8 + 7 =
4 + 4 =	3 + 5 =	2 + 9 =
6 + 7 =	5 + 5 =	2 + 2 =
9 + 3 =	4 + 2 =	4 + 6 =
5 + 8 =	8 + 6 =	8 + 3 =
0 + 4 =	9 + 2 =	7 + 1 =
2 + 3 =	6 + 5 =	7 + 5 =
6 + 8 =	4 + 7 =	6 + 2 =
9 + 7 =	1 + 3 =	9 + 6 =
1 + 6 =	2 + 4 =	8 + 1 =
2 + 8 =	3 + 6 =	9 + 9 =
6 + 3 =	6 + 9 =	2 + 7 =
9 + 5 =	3 + 9 =	1 + 4 =
4 + 1 =	8 + 8 =	3 + 2 =
5 + 3 =	4 + 9 =	7 + 9 =
3 + 3 =	8 + 2 =	0 + 8 =
6 + 4 =	4 + 5 =	5 + 7 =
7 + 6 =	2 + 5 =	3 + 1 =
9 + 8 =	6 + 6 =	7 + 7 =
5 + 6 =	7 + 8 =	5 + 1 =
3 + 8 =	0 + 9 =	1 + 2 =
2 + 6 =	4 + 8 =	9 + 8 =
7 + 3 =	1 + 9 =	6 + 0 =
8 + 5 =	7 + 2 =	8 + 4 =
9 + 4 =	6 + 1 =	5 + 9 =
7 + 4 =	4 + 3 =	0 + 7 =
5 + 4 =	8 + 9 =	3 + 7 =

1 + 7 =	3 + 4 =	9 + 1 =
5 + 2 =	2 + 1 =	8 + 7 =
4 + 4 =	3 + 5 =	2 + 9 =
6 + 7 =	5 + 5 =	2 + 2 =
9 + 3 =	4 + 2 =	4 + 6 =
5 + 8 =	8 + 6 =	8 + 3 =
0 + 4 =	9 + 2 =	7 + 1 =
2 + 3 =	6 + 5 =	7 + 5 =
6 + 8 =	4 + 7 =	6 + 2 =
9 + 7 =	1 + 3 =	9 + 6 =
1 + 6 =	2 + 4 =	8 + 1 =
2 + 8 =	3 + 6 =	9 + 9 =
6 + 3 =	6 + 9 =	2 + 7 =
9 + 5 =	3 + 9 =	1 + 4 =
4 + 1 =	8 + 8 =	3 + 2 =
5 + 3 =	4 + 9 =	7 + 9 =
3 + 3 =	8 + 2 =	0 + 8 =
6 + 4 =	4 + 5 =	5 + 7 =
7 + 6 =	2 + 5 =	3 + 1 =
9 + 8 =	6 + 6 =	7 + 7 =
5 + 6 =	7 + 8 =	5 + 1 =
3 + 8 =	0 + 9 =	1 + 2 =
2 + 6 =	4 + 8 =	9 + 8 =
7 + 3 =	1 + 9 =	6 + 0 =
8 + 5 =	7 + 2 =	8 + 4 =
9 + 4 =	6 + 1 =	5 + 9 =
7 + 4 =	4 + 3 =	0 + 7 =
5 + 4 =	8 + 9 =	3 + 7 =

1 + 7 =	3 + 4 =	9 + 1 =
5 + 2 =	2 + 1 =	8 + 7 =
4 + 4 =	3 + 5 =	2 + 9 =
6 + 7 =	5 + 5 =	2 + 2 =
9 + 3 =	4 + 2 =	4 + 6 =
5 + 8 =	8 + 6 =	8 + 3 =
0 + 4 =	9 + 2 =	7 + 1 =
2 + 3 =	6 + 5 =	7 + 5 =
6 + 8 =	4 + 7 =	6 + 2 =
9 + 7 =	1 + 3 =	9 + 6 =
1 + 6 =	2 + 4 =	8 + 1 =
2 + 8 =	3 + 6 =	9 + 9 =
6 + 3 =	6 + 9 =	2 + 7 =
9 + 5 =	3 + 9 =	1 + 4 =
4 + 1 =	8 + 8 =	3 + 2 =
5 + 3 =	4 + 9 =	7 + 9 =
3 + 3 =	8 + 2 =	0 + 8 =
6 + 4 =	4 + 5 =	5 + 7 =
7 + 6 =	2 + 5 =	3 + 1 =
9 + 8 =	6 + 6 =	7 + 7 =
5 + 6 =	7 + 8 =	5 + 1 =
3 + 8 =	0 + 9 =	1 + 2 =
2 + 6 =	4 + 8 =	9 + 8 =
7 + 3 =	1 + 9 =	6 + 0 =
8 + 5 =	7 + 2 =	8 + 4 =
9 + 4 =	6 + 1 =	5 + 9 =
7 + 4 =	4 + 3 =	0 + 7 =
5 + 4 =	8 + 9 =	3 + 7 =

1 + 7 =	3 + 4 =	9 + 1 =
5 + 2 =	2 + 1 =	8 + 7 =
4 + 4 =	3 + 5 =	2 + 9 =
6 + 7 =	5 + 5 =	2 + 2 =
9 + 3 =	4 + 2 =	4 + 6 =
5 + 8 =	8 + 6 =	8 + 3 =
0 + 4 =	9 + 2 =	7 + 1 =
2 + 3 =	6 + 5 =	7 + 5 =
6 + 8 =	4 + 7 =	6 + 2 =
9 + 7 =	1 + 3 =	9 + 6 =
1 + 6 =	2 + 4 =	8 + 1 =
2 + 8 =	3 + 6 =	9 + 9 =
6 + 3 =	6 + 9 =	2 + 7 =
9 + 5 =	3 + 9 =	1 + 4 =
4 + 1 =	8 + 8 =	3 + 2 =
5 + 3 =	4 + 9 =	7 + 9 =
3 + 3 =	8 + 2 =	0 + 8 =
6 + 4 =	4 + 5 =	5 + 7 =
7 + 6 =	2 + 5 =	3 + 1 =
9 + 8 =	6 + 6 =	7 + 7 =
5 + 6 =	7 + 8 =	5 + 1 =
3 + 8 =	0 + 9 =	1 + 2 =
2 + 6 =	4 + 8 =	9 + 8 =
7 + 3 =	1 + 9 =	6 + 0 =
8 + 5 =	7 + 2 =	8 + 4 =
9 + 4 =	6 + 1 =	5 + 9 =
7 + 4 =	4 + 3 =	0 + 7 =
5 + 4 =	8 + 9 =	3 + 7 =

1 + 7 =	3 + 4 =	9 + 1 =
5 + 2 =	2 + 1 =	8 + 7 =
4 + 4 =	3 + 5 =	2 + 9 =
6 + 7 =	5 + 5 =	2 + 2 =
9 + 3 =	4 + 2 =	4 + 6 =
5 + 8 =	8 + 6 =	8 + 3 =
0 + 4 =	9 + 2 =	7 + 1 =
2 + 3 =	6 + 5 =	7 + 5 =
6 + 8 =	4 + 7 =	6 + 2 =
9 + 7 =	1 + 3 =	9 + 6 =
1 + 6 =	2 + 4 =	8 + 1 =
2 + 8 =	3 + 6 =	9 + 9 =
6 + 3 =	6 + 9 =	2 + 7 =
9 + 5 =	3 + 9 =	1 + 4 =
4 + 1 =	8 + 8 =	3 + 2 =
5 + 3 =	4 + 9 =	7 + 9 =
3 + 3 =	8 + 2 =	0 + 8 =
6 + 4 =	4 + 5 =	5 + 7 =
7 + 6 =	2 + 5 =	3 + 1 =
9 + 8 =	6 + 6 =	7 + 7 =
5 + 6 =	7 + 8 =	5 + 1 =
3 + 8 =	0 + 9 =	1 + 2 =
2 + 6 =	4 + 8 =	9 + 8 =
7 + 3 =	1 + 9 =	6 + 0 =
8 + 5 =	7 + 2 =	8 + 4 =
9 + 4 =	6 + 1 =	5 + 9 =
7 + 4 =	4 + 3 =	0 + 7 =
5 + 4 =	8 + 9 =	3 + 7 =

1 + 7 =	3 + 4 =	9 + 1 =
5 + 2 =	2 + 1 =	8 + 7 =
4 + 4 =	3 + 5 =	2 + 9 =
6 + 7 =	5 + 5 =	2 + 2 =
9 + 3 =	4 + 2 =	4 + 6 =
5 + 8 =	8 + 6 =	8 + 3 =
0 + 4 =	9 + 2 =	7 + 1 =
2 + 3 =	6 + 5 =	7 + 5 =
6 + 8 =	4 + 7 =	6 + 2 =
9 + 7 =	1 + 3 =	9 + 6 =
1 + 6 =	2 + 4 =	8 + 1 =
2 + 8 =	3 + 6 =	9 + 9 =
6 + 3 =	6 + 9 =	2 + 7 =
9 + 5 =	3 + 9 =	1 + 4 =
4 + 1 =	8 + 8 =	3 + 2 =
5 + 3 =	4 + 9 =	7 + 9 =
3 + 3 =	8 + 2 =	0 + 8 =
6 + 4 =	4 + 5 =	5 + 7 =
7 + 6 =	2 + 5 =	3 + 1 =
9 + 8 =	6 + 6 =	7 + 7 =
5 + 6 =	7 + 8 =	5 + 1 =
3 + 8 =	0 + 9 =	1 + 2 =
2 + 6 =	4 + 8 =	9 + 8 =
7 + 3 =	1 + 9 =	6 + 0 =
8 + 5 =	7 + 2 =	8 + 4 =
9 + 4 =	6 + 1 =	5 + 9 =
7 + 4 =	4 + 3 =	0 + 7 =
5 + 4 =	8 + 9 =	3 + 7 =

$1 + 7 =$	$3 + 4 =$	$9 + 1 =$
$5 + 2 =$	$2 + 1 =$	$8 + 7 =$
$4 + 4 =$	$3 + 5 =$	$2 + 9 =$
$6 + 7 =$	$5 + 5 =$	$2 + 2 =$
$9 + 3 =$	$4 + 2 =$	$4 + 6 =$
$5 + 8 =$	$8 + 6 =$	$8 + 3 =$
$0 + 4 =$	$9 + 2 =$	$7 + 1 =$
$2 + 3 =$	$6 + 5 =$	$7 + 5 =$
$6 + 8 =$	$4 + 7 =$	$6 + 2 =$
$9 + 7 =$	$1 + 3 =$	$9 + 6 =$
$1 + 6 =$	$2 + 4 =$	$8 + 1 =$
$2 + 8 =$	$3 + 6 =$	$9 + 9 =$
$6 + 3 =$	$6 + 9 =$	$2 + 7 =$
$9 + 5 =$	$3 + 9 =$	$1 + 4 =$
$4 + 1 =$	$8 + 8 =$	$3 + 2 =$
$5 + 3 =$	$4 + 9 =$	$7 + 9 =$
$3 + 3 =$	$8 + 2 =$	$0 + 8 =$
$6 + 4 =$	$4 + 5 =$	$5 + 7 =$
$7 + 6 =$	$2 + 5 =$	$3 + 1 =$
$9 + 8 =$	$6 + 6 =$	$7 + 7 =$
$5 + 6 =$	$7 + 8 =$	$5 + 1 =$
$3 + 8 =$	$0 + 9 =$	$1 + 2 =$
$2 + 6 =$	$4 + 8 =$	$9 + 8 =$
$7 + 3 =$	$1 + 9 =$	$6 + 0 =$
$8 + 5 =$	$7 + 2 =$	$8 + 4 =$
$9 + 4 =$	$6 + 1 =$	$5 + 9 =$
$7 + 4 =$	$4 + 3 =$	$0 + 7 =$
$5 + 4 =$	$8 + 9 =$	$3 + 7 =$

1 + 7 =	3 + 4 =	9 + 1 =
5 + 2 =	2 + 1 =	8 + 7 =
4 + 4 =	3 + 5 =	2 + 9 =
6 + 7 =	5 + 5 =	2 + 2 =
9 + 3 =	4 + 2 =	4 + 6 =
5 + 8 =	8 + 6 =	8 + 3 =
0 + 4 =	9 + 2 =	7 + 1 =
2 + 3 =	6 + 5 =	7 + 5 =
6 + 8 =	4 + 7 =	6 + 2 =
9 + 7 =	1 + 3 =	9 + 6 =
1 + 6 =	2 + 4 =	8 + 1 =
2 + 8 =	3 + 6 =	9 + 9 =
6 + 3 =	6 + 9 =	2 + 7 =
9 + 5 =	3 + 9 =	1 + 4 =
4 + 1 =	8 + 8 =	3 + 2 =
5 + 3 =	4 + 9 =	7 + 9 =
3 + 3 =	8 + 2 =	0 + 8 =
6 + 4 =	4 + 5 =	5 + 7 =
7 + 6 =	2 + 5 =	3 + 1 =
9 + 8 =	6 + 6 =	7 + 7 =
5 + 6 =	7 + 8 =	5 + 1 =
3 + 8 =	0 + 9 =	1 + 2 =
2 + 6 =	4 + 8 =	9 + 8 =
7 + 3 =	1 + 9 =	6 + 0 =
8 + 5 =	7 + 2 =	8 + 4 =
9 + 4 =	6 + 1 =	5 + 9 =
7 + 4 =	4 + 3 =	0 + 7 =
5 + 4 =	8 + 9 =	3 + 7 =

1 + 7 =	3 + 4 =	9 + 1 =
5 + 2 =	2 + 1 =	8 + 7 =
4 + 4 =	3 + 5 =	2 + 9 =
6 + 7 =	5 + 5 =	2 + 2 =
9 + 3 =	4 + 2 =	4 + 6 =
5 + 8 =	8 + 6 =	8 + 3 =
0 + 4 =	9 + 2 =	7 + 1 =
2 + 3 =	6 + 5 =	7 + 5 =
6 + 8 =	4 + 7 =	6 + 2 =
9 + 7 =	1 + 3 =	9 + 6 =
1 + 6 =	2 + 4 =	8 + 1 =
2 + 8 =	3 + 6 =	9 + 9 =
6 + 3 =	6 + 9 =	2 + 7 =
9 + 5 =	3 + 9 =	1 + 4 =
4 + 1 =	8 + 8 =	3 + 2 =
5 + 3 =	4 + 9 =	7 + 9 =
3 + 3 =	8 + 2 =	0 + 8 =
6 + 4 =	4 + 5 =	5 + 7 =
7 + 6 =	2 + 5 =	3 + 1 =
9 + 8 =	6 + 6 =	7 + 7 =
5 + 6 =	7 + 8 =	5 + 1 =
3 + 8 =	0 + 9 =	1 + 2 =
2 + 6 =	4 + 8 =	9 + 8 =
7 + 3 =	1 + 9 =	6 + 0 =
8 + 5 =	7 + 2 =	8 + 4 =
9 + 4 =	6 + 1 =	5 + 9 =
7 + 4 =	4 + 3 =	0 + 7 =
5 + 4 =	8 + 9 =	3 + 7 =

1 + 7 =	3 + 4 =	9 + 1 =
5 + 2 =	2 + 1 =	8 + 7 =
4 + 4 =	3 + 5 =	2 + 9 =
6 + 7 =	5 + 5 =	2 + 2 =
9 + 3 =	4 + 2 =	4 + 6 =
5 + 8 =	8 + 6 =	8 + 3 =
0 + 4 =	9 + 2 =	7 + 1 =
2 + 3 =	6 + 5 =	7 + 5 =
6 + 8 =	4 + 7 =	6 + 2 =
9 + 7 =	1 + 3 =	9 + 6 =
1 + 6 =	2 + 4 =	8 + 1 =
2 + 8 =	3 + 6 =	9 + 9 =
6 + 3 =	6 + 9 =	2 + 7 =
9 + 5 =	3 + 9 =	1 + 4 =
4 + 1 =	8 + 8 =	3 + 2 =
5 + 3 =	4 + 9 =	7 + 9 =
3 + 3 =	8 + 2 =	0 + 8 =
6 + 4 =	4 + 5 =	5 + 7 =
7 + 6 =	2 + 5 =	3 + 1 =
9 + 8 =	6 + 6 =	7 + 7 =
5 + 6 =	7 + 8 =	5 + 1 =
3 + 8 =	0 + 9 =	1 + 2 =
2 + 6 =	4 + 8 =	9 + 8 =
7 + 3 =	1 + 9 =	6 + 0 =
8 + 5 =	7 + 2 =	8 + 4 =
9 + 4 =	6 + 1 =	5 + 9 =
7 + 4 =	4 + 3 =	0 + 7 =
5 + 4 =	8 + 9 =	3 + 7 =

1 + 7 =	3 + 4 =	9 + 1 =
5 + 2 =	2 + 1 =	8 + 7 =
4 + 4 =	3 + 5 =	2 + 9 =
6 + 7 =	5 + 5 =	2 + 2 =
9 + 3 =	4 + 2 =	4 + 6 =
5 + 8 =	8 + 6 =	8 + 3 =
0 + 4 =	9 + 2 =	7 + 1 =
2 + 3 =	6 + 5 =	7 + 5 =
6 + 8 =	4 + 7 =	6 + 2 =
9 + 7 =	1 + 3 =	9 + 6 =
1 + 6 =	2 + 4 =	8 + 1 =
2 + 8 =	3 + 6 =	9 + 9 =
6 + 3 =	6 + 9 =	2 + 7 =
9 + 5 =	3 + 9 =	1 + 4 =
4 + 1 =	8 + 8 =	3 + 2 =
5 + 3 =	4 + 9 =	7 + 9 =
3 + 3 =	8 + 2 =	0 + 8 =
6 + 4 =	4 + 5 =	5 + 7 =
7 + 6 =	2 + 5 =	3 + 1 =
9 + 8 =	6 + 6 =	7 + 7 =
5 + 6 =	7 + 8 =	5 + 1 =
3 + 8 =	0 + 9 =	1 + 2 =
2 + 6 =	4 + 8 =	9 + 8 =
7 + 3 =	1 + 9 =	6 + 0 =
8 + 5 =	7 + 2 =	8 + 4 =
9 + 4 =	6 + 1 =	5 + 9 =
7 + 4 =	4 + 3 =	0 + 7 =
5 + 4 =	8 + 9 =	3 + 7 =

1 + 7 =	3 + 4 =	9 + 1 =
5 + 2 =	2 + 1 =	8 + 7 =
4 + 4 =	3 + 5 =	2 + 9 =
6 + 7 =	5 + 5 =	2 + 2 =
9 + 3 =	4 + 2 =	4 + 6 =
5 + 8 =	8 + 6 =	8 + 3 =
0 + 4 =	9 + 2 =	7 + 1 =
2 + 3 =	6 + 5 =	7 + 5 =
6 + 8 =	4 + 7 =	6 + 2 =
9 + 7 =	1 + 3 =	9 + 6 =
1 + 6 =	2 + 4 =	8 + 1 =
2 + 8 =	3 + 6 =	9 + 9 =
6 + 3 =	6 + 9 =	2 + 7 =
9 + 5 =	3 + 9 =	1 + 4 =
4 + 1 =	8 + 8 =	3 + 2 =
5 + 3 =	4 + 9 =	7 + 9 =
3 + 3 =	8 + 2 =	0 + 8 =
6 + 4 =	4 + 5 =	5 + 7 =
7 + 6 =	2 + 5 =	3 + 1 =
9 + 8 =	6 + 6 =	7 + 7 =
5 + 6 =	7 + 8 =	5 + 1 =
3 + 8 =	0 + 9 =	1 + 2 =
2 + 6 =	4 + 8 =	9 + 8 =
7 + 3 =	1 + 9 =	6 + 0 =
8 + 5 =	7 + 2 =	8 + 4 =
9 + 4 =	6 + 1 =	5 + 9 =
7 + 4 =	4 + 3 =	0 + 7 =
5 + 4 =	8 + 9 =	3 + 7 =

1 + 7 =	3 + 4 =	9 + 1 =
5 + 2 =	2 + 1 =	8 + 7 =
4 + 4 =	3 + 5 =	2 + 9 =
6 + 7 =	5 + 5 =	2 + 2 =
9 + 3 =	4 + 2 =	4 + 6 =
5 + 8 =	8 + 6 =	8 + 3 =
0 + 4 =	9 + 2 =	7 + 1 =
2 + 3 =	6 + 5 =	7 + 5 =
6 + 8 =	4 + 7 =	6 + 2 =
9 + 7 =	1 + 3 =	9 + 6 =
1 + 6 =	2 + 4 =	8 + 1 =
2 + 8 =	3 + 6 =	9 + 9 =
6 + 3 =	6 + 9 =	2 + 7 =
9 + 5 =	3 + 9 =	1 + 4 =
4 + 1 =	8 + 8 =	3 + 2 =
5 + 3 =	4 + 9 =	7 + 9 =
3 + 3 =	8 + 2 =	0 + 8 =
6 + 4 =	4 + 5 =	5 + 7 =
7 + 6 =	2 + 5 =	3 + 1 =
9 + 8 =	6 + 6 =	7 + 7 =
5 + 6 =	7 + 8 =	5 + 1 =
3 + 8 =	0 + 9 =	1 + 2 =
2 + 6 =	4 + 8 =	9 + 8 =
7 + 3 =	1 + 9 =	6 + 0 =
8 + 5 =	7 + 2 =	8 + 4 =
9 + 4 =	6 + 1 =	5 + 9 =
7 + 4 =	4 + 3 =	0 + 7 =
5 + 4 =	8 + 9 =	3 + 7 =

1 + 7 =	3 + 4 =	9 + 1 =
5 + 2 =	2 + 1 =	8 + 7 =
4 + 4 =	3 + 5 =	2 + 9 =
6 + 7 =	5 + 5 =	2 + 2 =
9 + 3 =	4 + 2 =	4 + 6 =
5 + 8 =	8 + 6 =	8 + 3 =
0 + 4 =	9 + 2 =	7 + 1 =
2 + 3 =	6 + 5 =	7 + 5 =
6 + 8 =	4 + 7 =	6 + 2 =
9 + 7 =	1 + 3 =	9 + 6 =
1 + 6 =	2 + 4 =	8 + 1 =
2 + 8 =	3 + 6 =	9 + 9 =
6 + 3 =	6 + 9 =	2 + 7 =
9 + 5 =	3 + 9 =	1 + 4 =
4 + 1 =	8 + 8 =	3 + 2 =
5 + 3 =	4 + 9 =	7 + 9 =
3 + 3 =	8 + 2 =	0 + 8 =
6 + 4 =	4 + 5 =	5 + 7 =
7 + 6 =	2 + 5 =	3 + 1 =
9 + 8 =	6 + 6 =	7 + 7 =
5 + 6 =	7 + 8 =	5 + 1 =
3 + 8 =	0 + 9 =	1 + 2 =
2 + 6 =	4 + 8 =	9 + 8 =
7 + 3 =	1 + 9 =	6 + 0 =
8 + 5 =	7 + 2 =	8 + 4 =
9 + 4 =	6 + 1 =	5 + 9 =
7 + 4 =	4 + 3 =	0 + 7 =
5 + 4 =	8 + 9 =	3 + 7 =

1 + 7 =	3 + 4 =	9 + 1 =
5 + 2 =	2 + 1 =	8 + 7 =
4 + 4 =	3 + 5 =	2 + 9 =
6 + 7 =	5 + 5 =	2 + 2 =
9 + 3 =	4 + 2 =	4 + 6 =
5 + 8 =	8 + 6 =	8 + 3 =
0 + 4 =	9 + 2 =	7 + 1 =
2 + 3 =	6 + 5 =	7 + 5 =
6 + 8 =	4 + 7 =	6 + 2 =
9 + 7 =	1 + 3 =	9 + 6 =
1 + 6 =	2 + 4 =	8 + 1 =
2 + 8 =	3 + 6 =	9 + 9 =
6 + 3 =	6 + 9 =	2 + 7 =
9 + 5 =	3 + 9 =	1 + 4 =
4 + 1 =	8 + 8 =	3 + 2 =
5 + 3 =	4 + 9 =	7 + 9 =
3 + 3 =	8 + 2 =	0 + 8 =
6 + 4 =	4 + 5 =	5 + 7 =
7 + 6 =	2 + 5 =	3 + 1 =
9 + 8 =	6 + 6 =	7 + 7 =
5 + 6 =	7 + 8 =	5 + 1 =
3 + 8 =	0 + 9 =	1 + 2 =
2 + 6 =	4 + 8 =	9 + 8 =
7 + 3 =	1 + 9 =	6 + 0 =
8 + 5 =	7 + 2 =	8 + 4 =
9 + 4 =	6 + 1 =	5 + 9 =
7 + 4 =	4 + 3 =	0 + 7 =
5 + 4 =	8 + 9 =	3 + 7 =

1 + 7 =	3 + 4 =	9 + 1 =
5 + 2 =	2 + 1 =	8 + 7 =
4 + 4 =	3 + 5 =	2 + 9 =
6 + 7 =	5 + 5 =	2 + 2 =
9 + 3 =	4 + 2 =	4 + 6 =
5 + 8 =	8 + 6 =	8 + 3 =
0 + 4 =	9 + 2 =	7 + 1 =
2 + 3 =	6 + 5 =	7 + 5 =
6 + 8 =	4 + 7 =	6 + 2 =
9 + 7 =	1 + 3 =	9 + 6 =
1 + 6 =	2 + 4 =	8 + 1 =
2 + 8 =	3 + 6 =	9 + 9 =
6 + 3 =	6 + 9 =	2 + 7 =
9 + 5 =	3 + 9 =	1 + 4 =
4 + 1 =	8 + 8 =	3 + 2 =
5 + 3 =	4 + 9 =	7 + 9 =
3 + 3 =	8 + 2 =	0 + 8 =
6 + 4 =	4 + 5 =	5 + 7 =
7 + 6 =	2 + 5 =	3 + 1 =
9 + 8 =	6 + 6 =	7 + 7 =
5 + 6 =	7 + 8 =	5 + 1 =
3 + 8 =	0 + 9 =	1 + 2 =
2 + 6 =	4 + 8 =	9 + 8 =
7 + 3 =	1 + 9 =	6 + 0 =
8 + 5 =	7 + 2 =	8 + 4 =
9 + 4 =	6 + 1 =	5 + 9 =
7 + 4 =	4 + 3 =	0 + 7 =
5 + 4 =	8 + 9 =	3 + 7 =

1 + 7 =	3 + 4 =	9 + 1 =
5 + 2 =	2 + 1 =	8 + 7 =
4 + 4 =	3 + 5 =	2 + 9 =
6 + 7 =	5 + 5 =	2 + 2 =
9 + 3 =	4 + 2 =	4 + 6 =
5 + 8 =	8 + 6 =	8 + 3 =
0 + 4 =	9 + 2 =	7 + 1 =
2 + 3 =	6 + 5 =	7 + 5 =
6 + 8 =	4 + 7 =	6 + 2 =
9 + 7 =	1 + 3 =	9 + 6 =
1 + 6 =	2 + 4 =	8 + 1 =
2 + 8 =	3 + 6 =	9 + 9 =
6 + 3 =	6 + 9 =	2 + 7 =
9 + 5 =	3 + 9 =	1 + 4 =
4 + 1 =	8 + 8 =	3 + 2 =
5 + 3 =	4 + 9 =	7 + 9 =
3 + 3 =	8 + 2 =	0 + 8 =
6 + 4 =	4 + 5 =	5 + 7 =
7 + 6 =	2 + 5 =	3 + 1 =
9 + 8 =	6 + 6 =	7 + 7 =
5 + 6 =	7 + 8 =	5 + 1 =
3 + 8 =	0 + 9 =	1 + 2 =
2 + 6 =	4 + 8 =	9 + 8 =
7 + 3 =	1 + 9 =	6 + 0 =
8 + 5 =	7 + 2 =	8 + 4 =
9 + 4 =	6 + 1 =	5 + 9 =
7 + 4 =	4 + 3 =	0 + 7 =
5 + 4 =	8 + 9 =	3 + 7 =

1 + 7 =	3 + 4 =	9 + 1 =
5 + 2 =	2 + 1 =	8 + 7 =
4 + 4 =	3 + 5 =	2 + 9 =
6 + 7 =	5 + 5 =	2 + 2 =
9 + 3 =	4 + 2 =	4 + 6 =
5 + 8 =	8 + 6 =	8 + 3 =
0 + 4 =	9 + 2 =	7 + 1 =
2 + 3 =	6 + 5 =	7 + 5 =
6 + 8 =	4 + 7 =	6 + 2 =
9 + 7 =	1 + 3 =	9 + 6 =
1 + 6 =	2 + 4 =	8 + 1 =
2 + 8 =	3 + 6 =	9 + 9 =
6 + 3 =	6 + 9 =	2 + 7 =
9 + 5 =	3 + 9 =	1 + 4 =
4 + 1 =	8 + 8 =	3 + 2 =
5 + 3 =	4 + 9 =	7 + 9 =
3 + 3 =	8 + 2 =	0 + 8 =
6 + 4 =	4 + 5 =	5 + 7 =
7 + 6 =	2 + 5 =	3 + 1 =
9 + 8 =	6 + 6 =	7 + 7 =
5 + 6 =	7 + 8 =	5 + 1 =
3 + 8 =	0 + 9 =	1 + 2 =
2 + 6 =	4 + 8 =	9 + 8 =
7 + 3 =	1 + 9 =	6 + 0 =
8 + 5 =	7 + 2 =	8 + 4 =
9 + 4 =	6 + 1 =	5 + 9 =
7 + 4 =	4 + 3 =	0 + 7 =
5 + 4 =	8 + 9 =	3 + 7 =

1 + 7 =	3 + 4 =	9 + 1 =
5 + 2 =	2 + 1 =	8 + 7 =
4 + 4 =	3 + 5 =	2 + 9 =
6 + 7 =	5 + 5 =	2 + 2 =
9 + 3 =	4 + 2 =	4 + 6 =
5 + 8 =	8 + 6 =	8 + 3 =
0 + 4 =	9 + 2 =	7 + 1 =
2 + 3 =	6 + 5 =	7 + 5 =
6 + 8 =	4 + 7 =	6 + 2 =
9 + 7 =	1 + 3 =	9 + 6 =
1 + 6 =	2 + 4 =	8 + 1 =
2 + 8 =	3 + 6 =	9 + 9 =
6 + 3 =	6 + 9 =	2 + 7 =
9 + 5 =	3 + 9 =	1 + 4 =
4 + 1 =	8 + 8 =	3 + 2 =
5 + 3 =	4 + 9 =	7 + 9 =
3 + 3 =	8 + 2 =	0 + 8 =
6 + 4 =	4 + 5 =	5 + 7 =
7 + 6 =	2 + 5 =	3 + 1 =
9 + 8 =	6 + 6 =	7 + 7 =
5 + 6 =	7 + 8 =	5 + 1 =
3 + 8 =	0 + 9 =	1 + 2 =
2 + 6 =	4 + 8 =	9 + 8 =
7 + 3 =	1 + 9 =	6 + 0 =
8 + 5 =	7 + 2 =	8 + 4 =
9 + 4 =	6 + 1 =	5 + 9 =
7 + 4 =	4 + 3 =	0 + 7 =
5 + 4 =	8 + 9 =	3 + 7 =

1 + 7 =	3 + 4 =	9 + 1 =
5 + 2 =	2 + 1 =	8 + 7 =
4 + 4 =	3 + 5 =	2 + 9 =
6 + 7 =	5 + 5 =	2 + 2 =
9 + 3 =	4 + 2 =	4 + 6 =
5 + 8 =	8 + 6 =	8 + 3 =
0 + 4 =	9 + 2 =	7 + 1 =
2 + 3 =	6 + 5 =	7 + 5 =
6 + 8 =	4 + 7 =	6 + 2 =
9 + 7 =	1 + 3 =	9 + 6 =
1 + 6 =	2 + 4 =	8 + 1 =
2 + 8 =	3 + 6 =	9 + 9 =
6 + 3 =	6 + 9 =	2 + 7 =
9 + 5 =	3 + 9 =	1 + 4 =
4 + 1 =	8 + 8 =	3 + 2 =
5 + 3 =	4 + 9 =	7 + 9 =
3 + 3 =	8 + 2 =	0 + 8 =
6 + 4 =	4 + 5 =	5 + 7 =
7 + 6 =	2 + 5 =	3 + 1 =
9 + 8 =	6 + 6 =	7 + 7 =
5 + 6 =	7 + 8 =	5 + 1 =
3 + 8 =	0 + 9 =	1 + 2 =
2 + 6 =	4 + 8 =	9 + 8 =
7 + 3 =	1 + 9 =	6 + 0 =
8 + 5 =	7 + 2 =	8 + 4 =
9 + 4 =	6 + 1 =	5 + 9 =
7 + 4 =	4 + 3 =	0 + 7 =
5 + 4 =	8 + 9 =	3 + 7 =

1 + 7 =	3 + 4 =	9 + 1 =
5 + 2 =	2 + 1 =	8 + 7 =
4 + 4 =	3 + 5 =	2 + 9 =
6 + 7 =	5 + 5 =	2 + 2 =
9 + 3 =	4 + 2 =	4 + 6 =
5 + 8 =	8 + 6 =	8 + 3 =
0 + 4 =	9 + 2 =	7 + 1 =
2 + 3 =	6 + 5 =	7 + 5 =
6 + 8 =	4 + 7 =	6 + 2 =
9 + 7 =	1 + 3 =	9 + 6 =
1 + 6 =	2 + 4 =	8 + 1 =
2 + 8 =	3 + 6 =	9 + 9 =
6 + 3 =	6 + 9 =	2 + 7 =
9 + 5 =	3 + 9 =	1 + 4 =
4 + 1 =	8 + 8 =	3 + 2 =
5 + 3 =	4 + 9 =	7 + 9 =
3 + 3 =	8 + 2 =	0 + 8 =
6 + 4 =	4 + 5 =	5 + 7 =
7 + 6 =	2 + 5 =	3 + 1 =
9 + 8 =	6 + 6 =	7 + 7 =
5 + 6 =	7 + 8 =	5 + 1 =
3 + 8 =	0 + 9 =	1 + 2 =
2 + 6 =	4 + 8 =	9 + 8 =
7 + 3 =	1 + 9 =	6 + 0 =
8 + 5 =	7 + 2 =	8 + 4 =
9 + 4 =	6 + 1 =	5 + 9 =
7 + 4 =	4 + 3 =	0 + 7 =
5 + 4 =	8 + 9 =	3 + 7 =

1 + 7 =	3 + 4 =	9 + 1 =
5 + 2 =	2 + 1 =	8 + 7 =
4 + 4 =	3 + 5 =	2 + 9 =
6 + 7 =	5 + 5 =	2 + 2 =
9 + 3 =	4 + 2 =	4 + 6 =
5 + 8 =	8 + 6 =	8 + 3 =
0 + 4 =	9 + 2 =	7 + 1 =
2 + 3 =	6 + 5 =	7 + 5 =
6 + 8 =	4 + 7 =	6 + 2 =
9 + 7 =	1 + 3 =	9 + 6 =
1 + 6 =	2 + 4 =	8 + 1 =
2 + 8 =	3 + 6 =	9 + 9 =
6 + 3 =	6 + 9 =	2 + 7 =
9 + 5 =	3 + 9 =	1 + 4 =
4 + 1 =	8 + 8 =	3 + 2 =
5 + 3 =	4 + 9 =	7 + 9 =
3 + 3 =	8 + 2 =	0 + 8 =
6 + 4 =	4 + 5 =	5 + 7 =
7 + 6 =	2 + 5 =	3 + 1 =
9 + 8 =	6 + 6 =	7 + 7 =
5 + 6 =	7 + 8 =	5 + 1 =
3 + 8 =	0 + 9 =	1 + 2 =
2 + 6 =	4 + 8 =	9 + 8 =
7 + 3 =	1 + 9 =	6 + 0 =
8 + 5 =	7 + 2 =	8 + 4 =
9 + 4 =	6 + 1 =	5 + 9 =
7 + 4 =	4 + 3 =	0 + 7 =
5 + 4 =	8 + 9 =	3 + 7 =

1 + 7 =	3 + 4 =	9 + 1 =
5 + 2 =	2 + 1 =	8 + 7 =
4 + 4 =	3 + 5 =	2 + 9 =
6 + 7 =	5 + 5 =	2 + 2 =
9 + 3 =	4 + 2 =	4 + 6 =
5 + 8 =	8 + 6 =	8 + 3 =
0 + 4 =	9 + 2 =	7 + 1 =
2 + 3 =	6 + 5 =	7 + 5 =
6 + 8 =	4 + 7 =	6 + 2 =
9 + 7 =	1 + 3 =	9 + 6 =
1 + 6 =	2 + 4 =	8 + 1 =
2 + 8 =	3 + 6 =	9 + 9 =
6 + 3 =	6 + 9 =	2 + 7 =
9 + 5 =	3 + 9 =	1 + 4 =
4 + 1 =	8 + 8 =	3 + 2 =
5 + 3 =	4 + 9 =	7 + 9 =
3 + 3 =	8 + 2 =	0 + 8 =
6 + 4 =	4 + 5 =	5 + 7 =
7 + 6 =	2 + 5 =	3 + 1 =
9 + 8 =	6 + 6 =	7 + 7 =
5 + 6 =	7 + 8 =	5 + 1 =
3 + 8 =	0 + 9 =	1 + 2 =
2 + 6 =	4 + 8 =	9 + 8 =
7 + 3 =	1 + 9 =	6 + 0 =
8 + 5 =	7 + 2 =	8 + 4 =
9 + 4 =	6 + 1 =	5 + 9 =
7 + 4 =	4 + 3 =	0 + 7 =
5 + 4 =	8 + 9 =	3 + 7 =

1 + 7 =	3 + 4 =	9 + 1 =
5 + 2 =	2 + 1 =	8 + 7 =
4 + 4 =	3 + 5 =	2 + 9 =
6 + 7 =	5 + 5 =	2 + 2 =
9 + 3 =	4 + 2 =	4 + 6 =
5 + 8 =	8 + 6 =	8 + 3 =
0 + 4 =	9 + 2 =	7 + 1 =
2 + 3 =	6 + 5 =	7 + 5 =
6 + 8 =	4 + 7 =	6 + 2 =
9 + 7 =	1 + 3 =	9 + 6 =
1 + 6 =	2 + 4 =	8 + 1 =
2 + 8 =	3 + 6 =	9 + 9 =
6 + 3 =	6 + 9 =	2 + 7 =
9 + 5 =	3 + 9 =	1 + 4 =
4 + 1 =	8 + 8 =	3 + 2 =
5 + 3 =	4 + 9 =	7 + 9 =
3 + 3 =	8 + 2 =	0 + 8 =
6 + 4 =	4 + 5 =	5 + 7 =
7 + 6 =	2 + 5 =	3 + 1 =
9 + 8 =	6 + 6 =	7 + 7 =
5 + 6 =	7 + 8 =	5 + 1 =
3 + 8 =	0 + 9 =	1 + 2 =
2 + 6 =	4 + 8 =	9 + 8 =
7 + 3 =	1 + 9 =	6 + 0 =
8 + 5 =	7 + 2 =	8 + 4 =
9 + 4 =	6 + 1 =	5 + 9 =
7 + 4 =	4 + 3 =	0 + 7 =
5 + 4 =	8 + 9 =	3 + 7 =

1 + 7 =	3 + 4 =	9 + 1 =
5 + 2 =	2 + 1 =	8 + 7 =
4 + 4 =	3 + 5 =	2 + 9 =
6 + 7 =	5 + 5 =	2 + 2 =
9 + 3 =	4 + 2 =	4 + 6 =
5 + 8 =	8 + 6 =	8 + 3 =
0 + 4 =	9 + 2 =	7 + 1 =
2 + 3 =	6 + 5 =	7 + 5 =
6 + 8 =	4 + 7 =	6 + 2 =
9 + 7 =	1 + 3 =	9 + 6 =
1 + 6 =	2 + 4 =	8 + 1 =
2 + 8 =	3 + 6 =	9 + 9 =
6 + 3 =	6 + 9 =	2 + 7 =
9 + 5 =	3 + 9 =	1 + 4 =
4 + 1 =	8 + 8 =	3 + 2 =
5 + 3 =	4 + 9 =	7 + 9 =
3 + 3 =	8 + 2 =	0 + 8 =
6 + 4 =	4 + 5 =	5 + 7 =
7 + 6 =	2 + 5 =	3 + 1 =
9 + 8 =	6 + 6 =	7 + 7 =
5 + 6 =	7 + 8 =	5 + 1 =
3 + 8 =	0 + 9 =	1 + 2 =
2 + 6 =	4 + 8 =	9 + 8 =
7 + 3 =	1 + 9 =	6 + 0 =
8 + 5 =	7 + 2 =	8 + 4 =
9 + 4 =	6 + 1 =	5 + 9 =
7 + 4 =	4 + 3 =	0 + 7 =
5 + 4 =	8 + 9 =	3 + 7 =

1 + 7 =	3 + 4 =	9 + 1 =
5 + 2 =	2 + 1 =	8 + 7 =
4 + 4 =	3 + 5 =	2 + 9 =
6 + 7 =	5 + 5 =	2 + 2 =
9 + 3 =	4 + 2 =	4 + 6 =
5 + 8 =	8 + 6 =	8 + 3 =
0 + 4 =	9 + 2 =	7 + 1 =
2 + 3 =	6 + 5 =	7 + 5 =
6 + 8 =	4 + 7 =	6 + 2 =
9 + 7 =	1 + 3 =	9 + 6 =
1 + 6 =	2 + 4 =	8 + 1 =
2 + 8 =	3 + 6 =	9 + 9 =
6 + 3 =	6 + 9 =	2 + 7 =
9 + 5 =	3 + 9 =	1 + 4 =
4 + 1 =	8 + 8 =	3 + 2 =
5 + 3 =	4 + 9 =	7 + 9 =
3 + 3 =	8 + 2 =	0 + 8 =
6 + 4 =	4 + 5 =	5 + 7 =
7 + 6 =	2 + 5 =	3 + 1 =
9 + 8 =	6 + 6 =	7 + 7 =
5 + 6 =	7 + 8 =	5 + 1 =
3 + 8 =	0 + 9 =	1 + 2 =
2 + 6 =	4 + 8 =	9 + 8 =
7 + 3 =	1 + 9 =	6 + 0 =
8 + 5 =	7 + 2 =	8 + 4 =
9 + 4 =	6 + 1 =	5 + 9 =
7 + 4 =	4 + 3 =	0 + 7 =
5 + 4 =	8 + 9 =	3 + 7 =

1 + 7 =	3 + 4 =	9 + 1 =
5 + 2 =	2 + 1 =	8 + 7 =
4 + 4 =	3 + 5 =	2 + 9 =
6 + 7 =	5 + 5 =	2 + 2 =
9 + 3 =	4 + 2 =	4 + 6 =
5 + 8 =	8 + 6 =	8 + 3 =
0 + 4 =	9 + 2 =	7 + 1 =
2 + 3 =	6 + 5 =	7 + 5 =
6 + 8 =	4 + 7 =	6 + 2 =
9 + 7 =	1 + 3 =	9 + 6 =
1 + 6 =	2 + 4 =	8 + 1 =
2 + 8 =	3 + 6 =	9 + 9 =
6 + 3 =	6 + 9 =	2 + 7 =
9 + 5 =	3 + 9 =	1 + 4 =
4 + 1 =	8 + 8 =	3 + 2 =
5 + 3 =	4 + 9 =	7 + 9 =
3 + 3 =	8 + 2 =	0 + 8 =
6 + 4 =	4 + 5 =	5 + 7 =
7 + 6 =	2 + 5 =	3 + 1 =
9 + 8 =	6 + 6 =	7 + 7 =
5 + 6 =	7 + 8 =	5 + 1 =
3 + 8 =	0 + 9 =	1 + 2 =
2 + 6 =	4 + 8 =	9 + 8 =
7 + 3 =	1 + 9 =	6 + 0 =
8 + 5 =	7 + 2 =	8 + 4 =
9 + 4 =	6 + 1 =	5 + 9 =
7 + 4 =	4 + 3 =	0 + 7 =
5 + 4 =	8 + 9 =	3 + 7 =

1 + 7 =	3 + 4 =	9 + 1 =
5 + 2 =	2 + 1 =	8 + 7 =
4 + 4 =	3 + 5 =	2 + 9 =
6 + 7 =	5 + 5 =	2 + 2 =
9 + 3 =	4 + 2 =	4 + 6 =
5 + 8 =	8 + 6 =	8 + 3 =
0 + 4 =	9 + 2 =	7 + 1 =
2 + 3 =	6 + 5 =	7 + 5 =
6 + 8 =	4 + 7 =	6 + 2 =
9 + 7 =	1 + 3 =	9 + 6 =
1 + 6 =	2 + 4 =	8 + 1 =
2 + 8 =	3 + 6 =	9 + 9 =
6 + 3 =	6 + 9 =	2 + 7 =
9 + 5 =	3 + 9 =	1 + 4 =
4 + 1 =	8 + 8 =	3 + 2 =
5 + 3 =	4 + 9 =	7 + 9 =
3 + 3 =	8 + 2 =	0 + 8 =
6 + 4 =	4 + 5 =	5 + 7 =
7 + 6 =	2 + 5 =	3 + 1 =
9 + 8 =	6 + 6 =	7 + 7 =
5 + 6 =	7 + 8 =	5 + 1 =
3 + 8 =	0 + 9 =	1 + 2 =
2 + 6 =	4 + 8 =	9 + 8 =
7 + 3 =	1 + 9 =	6 + 0 =
8 + 5 =	7 + 2 =	8 + 4 =
9 + 4 =	6 + 1 =	5 + 9 =
7 + 4 =	4 + 3 =	0 + 7 =
5 + 4 =	8 + 9 =	3 + 7 =

1 + 7 =	3 + 4 =	9 + 1 =
5 + 2 =	2 + 1 =	8 + 7 =
4 + 4 =	3 + 5 =	2 + 9 =
6 + 7 =	5 + 5 =	2 + 2 =
9 + 3 =	4 + 2 =	4 + 6 =
5 + 8 =	8 + 6 =	8 + 3 =
0 + 4 =	9 + 2 =	7 + 1 =
2 + 3 =	6 + 5 =	7 + 5 =
6 + 8 =	4 + 7 =	6 + 2 =
9 + 7 =	1 + 3 =	9 + 6 =
1 + 6 =	2 + 4 =	8 + 1 =
2 + 8 =	3 + 6 =	9 + 9 =
6 + 3 =	6 + 9 =	2 + 7 =
9 + 5 =	3 + 9 =	1 + 4 =
4 + 1 =	8 + 8 =	3 + 2 =
5 + 3 =	4 + 9 =	7 + 9 =
3 + 3 =	8 + 2 =	0 + 8 =
6 + 4 =	4 + 5 =	5 + 7 =
7 + 6 =	2 + 5 =	3 + 1 =
9 + 8 =	6 + 6 =	7 + 7 =
5 + 6 =	7 + 8 =	5 + 1 =
3 + 8 =	0 + 9 =	1 + 2 =
2 + 6 =	4 + 8 =	9 + 8 =
7 + 3 =	1 + 9 =	6 + 0 =
8 + 5 =	7 + 2 =	8 + 4 =
9 + 4 =	6 + 1 =	5 + 9 =
7 + 4 =	4 + 3 =	0 + 7 =
5 + 4 =	8 + 9 =	3 + 7 =

1 + 7 =	3 + 4 =	9 + 1 =
5 + 2 =	2 + 1 =	8 + 7 =
4 + 4 =	3 + 5 =	2 + 9 =
6 + 7 =	5 + 5 =	2 + 2 =
9 + 3 =	4 + 2 =	4 + 6 =
5 + 8 =	8 + 6 =	8 + 3 =
0 + 4 =	9 + 2 =	7 + 1 =
2 + 3 =	6 + 5 =	7 + 5 =
6 + 8 =	4 + 7 =	6 + 2 =
9 + 7 =	1 + 3 =	9 + 6 =
1 + 6 =	2 + 4 =	8 + 1 =
2 + 8 =	3 + 6 =	9 + 9 =
6 + 3 =	6 + 9 =	2 + 7 =
9 + 5 =	3 + 9 =	1 + 4 =
4 + 1 =	8 + 8 =	3 + 2 =
5 + 3 =	4 + 9 =	7 + 9 =
3 + 3 =	8 + 2 =	0 + 8 =
6 + 4 =	4 + 5 =	5 + 7 =
7 + 6 =	2 + 5 =	3 + 1 =
9 + 8 =	6 + 6 =	7 + 7 =
5 + 6 =	7 + 8 =	5 + 1 =
3 + 8 =	0 + 9 =	1 + 2 =
2 + 6 =	4 + 8 =	9 + 8 =
7 + 3 =	1 + 9 =	6 + 0 =
8 + 5 =	7 + 2 =	8 + 4 =
9 + 4 =	6 + 1 =	5 + 9 =
7 + 4 =	4 + 3 =	0 + 7 =
5 + 4 =	8 + 9 =	3 + 7 =

1 + 7 =	3 + 4 =	9 + 1 =
5 + 2 =	2 + 1 =	8 + 7 =
4 + 4 =	3 + 5 =	2 + 9 =
6 + 7 =	5 + 5 =	2 + 2 =
9 + 3 =	4 + 2 =	4 + 6 =
5 + 8 =	8 + 6 =	8 + 3 =
0 + 4 =	9 + 2 =	7 + 1 =
2 + 3 =	6 + 5 =	7 + 5 =
6 + 8 =	4 + 7 =	6 + 2 =
9 + 7 =	1 + 3 =	9 + 6 =
1 + 6 =	2 + 4 =	8 + 1 =
2 + 8 =	3 + 6 =	9 + 9 =
6 + 3 =	6 + 9 =	2 + 7 =
9 + 5 =	3 + 9 =	1 + 4 =
4 + 1 =	8 + 8 =	3 + 2 =
5 + 3 =	4 + 9 =	7 + 9 =
3 + 3 =	8 + 2 =	0 + 8 =
6 + 4 =	4 + 5 =	5 + 7 =
7 + 6 =	2 + 5 =	3 + 1 =
9 + 8 =	6 + 6 =	7 + 7 =
5 + 6 =	7 + 8 =	5 + 1 =
3 + 8 =	0 + 9 =	1 + 2 =
2 + 6 =	4 + 8 =	9 + 8 =
7 + 3 =	1 + 9 =	6 + 0 =
8 + 5 =	7 + 2 =	8 + 4 =
9 + 4 =	6 + 1 =	5 + 9 =
7 + 4 =	4 + 3 =	0 + 7 =
5 + 4 =	8 + 9 =	3 + 7 =

1 + 7 =	3 + 4 =	9 + 1 =
5 + 2 =	2 + 1 =	8 + 7 =
4 + 4 =	3 + 5 =	2 + 9 =
6 + 7 =	5 + 5 =	2 + 2 =
9 + 3 =	4 + 2 =	4 + 6 =
5 + 8 =	8 + 6 =	8 + 3 =
0 + 4 =	9 + 2 =	7 + 1 =
2 + 3 =	6 + 5 =	7 + 5 =
6 + 8 =	4 + 7 =	6 + 2 =
9 + 7 =	1 + 3 =	9 + 6 =
1 + 6 =	2 + 4 =	8 + 1 =
2 + 8 =	3 + 6 =	9 + 9 =
6 + 3 =	6 + 9 =	2 + 7 =
9 + 5 =	3 + 9 =	1 + 4 =
4 + 1 =	8 + 8 =	3 + 2 =
5 + 3 =	4 + 9 =	7 + 9 =
3 + 3 =	8 + 2 =	0 + 8 =
6 + 4 =	4 + 5 =	5 + 7 =
7 + 6 =	2 + 5 =	3 + 1 =
9 + 8 =	6 + 6 =	7 + 7 =
5 + 6 =	7 + 8 =	5 + 1 =
3 + 8 =	0 + 9 =	1 + 2 =
2 + 6 =	4 + 8 =	9 + 8 =
7 + 3 =	1 + 9 =	6 + 0 =
8 + 5 =	7 + 2 =	8 + 4 =
9 + 4 =	6 + 1 =	5 + 9 =
7 + 4 =	4 + 3 =	0 + 7 =
5 + 4 =	8 + 9 =	3 + 7 =

1 + 7 =	3 + 4 =	9 + 1 =
5 + 2 =	2 + 1 =	8 + 7 =
4 + 4 =	3 + 5 =	2 + 9 =
6 + 7 =	5 + 5 =	2 + 2 =
9 + 3 =	4 + 2 =	4 + 6 =
5 + 8 =	8 + 6 =	8 + 3 =
0 + 4 =	9 + 2 =	7 + 1 =
2 + 3 =	6 + 5 =	7 + 5 =
6 + 8 =	4 + 7 =	6 + 2 =
9 + 7 =	1 + 3 =	9 + 6 =
1 + 6 =	2 + 4 =	8 + 1 =
2 + 8 =	3 + 6 =	9 + 9 =
6 + 3 =	6 + 9 =	2 + 7 =
9 + 5 =	3 + 9 =	1 + 4 =
4 + 1 =	8 + 8 =	3 + 2 =
5 + 3 =	4 + 9 =	7 + 9 =
3 + 3 =	8 + 2 =	0 + 8 =
6 + 4 =	4 + 5 =	5 + 7 =
7 + 6 =	2 + 5 =	3 + 1 =
9 + 8 =	6 + 6 =	7 + 7 =
5 + 6 =	7 + 8 =	5 + 1 =
3 + 8 =	0 + 9 =	1 + 2 =
2 + 6 =	4 + 8 =	9 + 8 =
7 + 3 =	1 + 9 =	6 + 0 =
8 + 5 =	7 + 2 =	8 + 4 =
9 + 4 =	6 + 1 =	5 + 9 =
7 + 4 =	4 + 3 =	0 + 7 =
5 + 4 =	8 + 9 =	3 + 7 =

1 + 7 =	3 + 4 =	9 + 1 =
5 + 2 =	2 + 1 =	8 + 7 =
4 + 4 =	3 + 5 =	2 + 9 =
6 + 7 =	5 + 5 =	2 + 2 =
9 + 3 =	4 + 2 =	4 + 6 =
5 + 8 =	8 + 6 =	8 + 3 =
0 + 4 =	9 + 2 =	7 + 1 =
2 + 3 =	6 + 5 =	7 + 5 =
6 + 8 =	4 + 7 =	6 + 2 =
9 + 7 =	1 + 3 =	9 + 6 =
1 + 6 =	2 + 4 =	8 + 1 =
2 + 8 =	3 + 6 =	9 + 9 =
6 + 3 =	6 + 9 =	2 + 7 =
9 + 5 =	3 + 9 =	1 + 4 =
4 + 1 =	8 + 8 =	3 + 2 =
5 + 3 =	4 + 9 =	7 + 9 =
3 + 3 =	8 + 2 =	0 + 8 =
6 + 4 =	4 + 5 =	5 + 7 =
7 + 6 =	2 + 5 =	3 + 1 =
9 + 8 =	6 + 6 =	7 + 7 =
5 + 6 =	7 + 8 =	5 + 1 =
3 + 8 =	0 + 9 =	1 + 2 =
2 + 6 =	4 + 8 =	9 + 8 =
7 + 3 =	1 + 9 =	6 + 0 =
8 + 5 =	7 + 2 =	8 + 4 =
9 + 4 =	6 + 1 =	5 + 9 =
7 + 4 =	4 + 3 =	0 + 7 =
5 + 4 =	8 + 9 =	3 + 7 =

1 + 7 =	3 + 4 =	9 + 1 =
5 + 2 =	2 + 1 =	8 + 7 =
4 + 4 =	3 + 5 =	2 + 9 =
6 + 7 =	5 + 5 =	2 + 2 =
9 + 3 =	4 + 2 =	4 + 6 =
5 + 8 =	8 + 6 =	8 + 3 =
0 + 4 =	9 + 2 =	7 + 1 =
2 + 3 =	6 + 5 =	7 + 5 =
6 + 8 =	4 + 7 =	6 + 2 =
9 + 7 =	1 + 3 =	9 + 6 =
1 + 6 =	2 + 4 =	8 + 1 =
2 + 8 =	3 + 6 =	9 + 9 =
6 + 3 =	6 + 9 =	2 + 7 =
9 + 5 =	3 + 9 =	1 + 4 =
4 + 1 =	8 + 8 =	3 + 2 =
5 + 3 =	4 + 9 =	7 + 9 =
3 + 3 =	8 + 2 =	0 + 8 =
6 + 4 =	4 + 5 =	5 + 7 =
7 + 6 =	2 + 5 =	3 + 1 =
9 + 8 =	6 + 6 =	7 + 7 =
5 + 6 =	7 + 8 =	5 + 1 =
3 + 8 =	0 + 9 =	1 + 2 =
2 + 6 =	4 + 8 =	9 + 8 =
7 + 3 =	1 + 9 =	6 + 0 =
8 + 5 =	7 + 2 =	8 + 4 =
9 + 4 =	6 + 1 =	5 + 9 =
7 + 4 =	4 + 3 =	0 + 7 =
5 + 4 =	8 + 9 =	3 + 7 =

1 + 7 =	3 + 4 =	9 + 1 =
5 + 2 =	2 + 1 =	8 + 7 =
4 + 4 =	3 + 5 =	2 + 9 =
6 + 7 =	5 + 5 =	2 + 2 =
9 + 3 =	4 + 2 =	4 + 6 =
5 + 8 =	8 + 6 =	8 + 3 =
0 + 4 =	9 + 2 =	7 + 1 =
2 + 3 =	6 + 5 =	7 + 5 =
6 + 8 =	4 + 7 =	6 + 2 =
9 + 7 =	1 + 3 =	9 + 6 =
1 + 6 =	2 + 4 =	8 + 1 =
2 + 8 =	3 + 6 =	9 + 9 =
6 + 3 =	6 + 9 =	2 + 7 =
9 + 5 =	3 + 9 =	1 + 4 =
4 + 1 =	8 + 8 =	3 + 2 =
5 + 3 =	4 + 9 =	7 + 9 =
3 + 3 =	8 + 2 =	0 + 8 =
6 + 4 =	4 + 5 =	5 + 7 =
7 + 6 =	2 + 5 =	3 + 1 =
9 + 8 =	6 + 6 =	7 + 7 =
5 + 6 =	7 + 8 =	5 + 1 =
3 + 8 =	0 + 9 =	1 + 2 =
2 + 6 =	4 + 8 =	9 + 8 =
7 + 3 =	1 + 9 =	6 + 0 =
8 + 5 =	7 + 2 =	8 + 4 =
9 + 4 =	6 + 1 =	5 + 9 =
7 + 4 =	4 + 3 =	0 + 7 =
5 + 4 =	8 + 9 =	3 + 7 =

Score: _____

1 + 7 =	3 + 4 =	9 + 1 =
5 + 2 =	2 + 1 =	8 + 7 =
4 + 4 =	3 + 5 =	2 + 9 =
6 + 7 =	5 + 5 =	2 + 2 =
9 + 3 =	4 + 2 =	4 + 6 =
5 + 8 =	8 + 6 =	8 + 3 =
0 + 4 =	9 + 2 =	7 + 1 =
2 + 3 =	6 + 5 =	7 + 5 =
6 + 8 =	4 + 7 =	6 + 2 =
9 + 7 =	1 + 3 =	9 + 6 =
1 + 6 =	2 + 4 =	8 + 1 =
2 + 8 =	3 + 6 =	9 + 9 =
6 + 3 =	6 + 9 =	2 + 7 =
9 + 5 =	3 + 9 =	1 + 4 =
4 + 1 =	8 + 8 =	3 + 2 =
5 + 3 =	4 + 9 =	7 + 9 =
3 + 3 =	8 + 2 =	0 + 8 =
6 + 4 =	4 + 5 =	5 + 7 =
7 + 6 =	2 + 5 =	3 + 1 =
9 + 8 =	6 + 6 =	7 + 7 =
5 + 6 =	7 + 8 =	5 + 1 =
3 + 8 =	0 + 9 =	1 + 2 =
2 + 6 =	4 + 8 =	9 + 8 =
7 + 3 =	1 + 9 =	6 + 0 =
8 + 5 =	7 + 2 =	8 + 4 =
9 + 4 =	6 + 1 =	5 + 9 =
7 + 4 =	4 + 3 =	0 + 7 =
5 + 4 =	8 + 9 =	3 + 7 =

1 + 7 =	3 + 4 =	9 + 1 =
5 + 2 =	2 + 1 =	8 + 7 =
4 + 4 =	3 + 5 =	2 + 9 =
6 + 7 =	5 + 5 =	2 + 2 =
9 + 3 =	4 + 2 =	4 + 6 =
5 + 8 =	8 + 6 =	8 + 3 =
0 + 4 =	9 + 2 =	7 + 1 =
2 + 3 =	6 + 5 =	7 + 5 =
6 + 8 =	4 + 7 =	6 + 2 =
9 + 7 =	1 + 3 =	9 + 6 =
1 + 6 =	2 + 4 =	8 + 1 =
2 + 8 =	3 + 6 =	9 + 9 =
6 + 3 =	6 + 9 =	2 + 7 =
9 + 5 =	3 + 9 =	1 + 4 =
4 + 1 =	8 + 8 =	3 + 2 =
5 + 3 =	4 + 9 =	7 + 9 =
3 + 3 =	8 + 2 =	0 + 8 =
6 + 4 =	4 + 5 =	5 + 7 =
7 + 6 =	2 + 5 =	3 + 1 =
9 + 8 =	6 + 6 =	7 + 7 =
5 + 6 =	7 + 8 =	5 + 1 =
3 + 8 =	0 + 9 =	1 + 2 =
2 + 6 =	4 + 8 =	9 + 8 =
7 + 3 =	1 + 9 =	6 + 0 =
8 + 5 =	7 + 2 =	8 + 4 =
9 + 4 =	6 + 1 =	5 + 9 =
7 + 4 =	4 + 3 =	0 + 7 =
5 + 4 =	8 + 9 =	3 + 7 =

1 + 7 =	3 + 4 =	9 + 1 =
5 + 2 =	2 + 1 =	8 + 7 =
4 + 4 =	3 + 5 =	2 + 9 =
6 + 7 =	5 + 5 =	2 + 2 =
9 + 3 =	4 + 2 =	4 + 6 =
5 + 8 =	8 + 6 =	8 + 3 =
0 + 4 =	9 + 2 =	7 + 1 =
2 + 3 =	6 + 5 =	7 + 5 =
6 + 8 =	4 + 7 =	6 + 2 =
9 + 7 =	1 + 3 =	9 + 6 =
1 + 6 =	2 + 4 =	8 + 1 =
2 + 8 =	3 + 6 =	9 + 9 =
6 + 3 =	6 + 9 =	2 + 7 =
9 + 5 =	3 + 9 =	1 + 4 =
4 + 1 =	8 + 8 =	3 + 2 =
5 + 3 =	4 + 9 =	7 + 9 =
3 + 3 =	8 + 2 =	0 + 8 =
6 + 4 =	4 + 5 =	5 + 7 =
7 + 6 =	2 + 5 =	3 + 1 =
9 + 8 =	6 + 6 =	7 + 7 =
5 + 6 =	7 + 8 =	5 + 1 =
3 + 8 =	0 + 9 =	1 + 2 =
2 + 6 =	4 + 8 =	9 + 8 =
7 + 3 =	1 + 9 =	6 + 0 =
8 + 5 =	7 + 2 =	8 + 4 =
9 + 4 =	6 + 1 =	5 + 9 =
7 + 4 =	4 + 3 =	0 + 7 =
5 + 4 =	8 + 9 =	3 + 7 =

1 + 7 =	3 + 4 =	9 + 1 =
5 + 2 =	2 + 1 =	8 + 7 =
4 + 4 =	3 + 5 =	2 + 9 =
6 + 7 =	5 + 5 =	2 + 2 =
9 + 3 =	4 + 2 =	4 + 6 =
5 + 8 =	8 + 6 =	8 + 3 =
0 + 4 =	9 + 2 =	7 + 1 =
2 + 3 =	6 + 5 =	7 + 5 =
6 + 8 =	4 + 7 =	6 + 2 =
9 + 7 =	1 + 3 =	9 + 6 =
1 + 6 =	2 + 4 =	8 + 1 =
2 + 8 =	3 + 6 =	9 + 9 =
6 + 3 =	6 + 9 =	2 + 7 =
9 + 5 =	3 + 9 =	1 + 4 =
4 + 1 =	8 + 8 =	3 + 2 =
5 + 3 =	4 + 9 =	7 + 9 =
3 + 3 =	8 + 2 =	0 + 8 =
6 + 4 =	4 + 5 =	5 + 7 =
7 + 6 =	2 + 5 =	3 + 1 =
9 + 8 =	6 + 6 =	7 + 7 =
5 + 6 =	7 + 8 =	5 + 1 =
3 + 8 =	0 + 9 =	1 + 2 =
2 + 6 =	4 + 8 =	9 + 8 =
7 + 3 =	1 + 9 =	6 + 0 =
8 + 5 =	7 + 2 =	8 + 4 =
9 + 4 =	6 + 1 =	5 + 9 =
7 + 4 =	4 + 3 =	0 + 7 =
5 + 4 =	8 + 9 =	3 + 7 =

1 + 7 =	3 + 4 =	9 + 1 =
5 + 2 =	2 + 1 =	8 + 7 =
4 + 4 =	3 + 5 =	2 + 9 =
6 + 7 =	5 + 5 =	2 + 2 =
9 + 3 =	4 + 2 =	4 + 6 =
5 + 8 =	8 + 6 =	8 + 3 =
0 + 4 =	9 + 2 =	7 + 1 =
2 + 3 =	6 + 5 =	7 + 5 =
6 + 8 =	4 + 7 =	6 + 2 =
9 + 7 =	1 + 3 =	9 + 6 =
1 + 6 =	2 + 4 =	8 + 1 =
2 + 8 =	3 + 6 =	9 + 9 =
6 + 3 =	6 + 9 =	2 + 7 =
9 + 5 =	3 + 9 =	1 + 4 =
4 + 1 =	8 + 8 =	3 + 2 =
5 + 3 =	4 + 9 =	7 + 9 =
3 + 3 =	8 + 2 =	0 + 8 =
6 + 4 =	4 + 5 =	5 + 7 =
7 + 6 =	2 + 5 =	3 + 1 =
9 + 8 =	6 + 6 =	7 + 7 =
5 + 6 =	7 + 8 =	5 + 1 =
3 + 8 =	0 + 9 =	1 + 2 =
2 + 6 =	4 + 8 =	9 + 8 =
7 + 3 =	1 + 9 =	6 + 0 =
8 + 5 =	7 + 2 =	8 + 4 =
9 + 4 =	6 + 1 =	5 + 9 =
7 + 4 =	4 + 3 =	0 + 7 =
5 + 4 =	8 + 9 =	3 + 7 =

1 + 7 =	3 + 4 =	9 + 1 =
5 + 2 =	2 + 1 =	8 + 7 =
4 + 4 =	3 + 5 =	2 + 9 =
6 + 7 =	5 + 5 =	2 + 2 =
9 + 3 =	4 + 2 =	4 + 6 =
5 + 8 =	8 + 6 =	8 + 3 =
0 + 4 =	9 + 2 =	7 + 1 =
2 + 3 =	6 + 5 =	7 + 5 =
6 + 8 =	4 + 7 =	6 + 2 =
9 + 7 =	1 + 3 =	9 + 6 =
1 + 6 =	2 + 4 =	8 + 1 =
2 + 8 =	3 + 6 =	9 + 9 =
6 + 3 =	6 + 9 =	2 + 7 =
9 + 5 =	3 + 9 =	1 + 4 =
4 + 1 =	8 + 8 =	3 + 2 =
5 + 3 =	4 + 9 =	7 + 9 =
3 + 3 =	8 + 2 =	0 + 8 =
6 + 4 =	4 + 5 =	5 + 7 =
7 + 6 =	2 + 5 =	3 + 1 =
9 + 8 =	6 + 6 =	7 + 7 =
5 + 6 =	7 + 8 =	5 + 1 =
3 + 8 =	0 + 9 =	1 + 2 =
2 + 6 =	4 + 8 =	9 + 8 =
7 + 3 =	1 + 9 =	6 + 0 =
8 + 5 =	7 + 2 =	8 + 4 =
9 + 4 =	6 + 1 =	5 + 9 =
7 + 4 =	4 + 3 =	0 + 7 =
5 + 4 =	8 + 9 =	3 + 7 =

1 + 7 =	3 + 4 =	9 + 1 =
5 + 2 =	2 + 1 =	8 + 7 =
4 + 4 =	3 + 5 =	2 + 9 =
6 + 7 =	5 + 5 =	2 + 2 =
9 + 3 =	4 + 2 =	4 + 6 =
5 + 8 =	8 + 6 =	8 + 3 =
0 + 4 =	9 + 2 =	7 + 1 =
2 + 3 =	6 + 5 =	7 + 5 =
6 + 8 =	4 + 7 =	6 + 2 =
9 + 7 =	1 + 3 =	9 + 6 =
1 + 6 =	2 + 4 =	8 + 1 =
2 + 8 =	3 + 6 =	9 + 9 =
6 + 3 =	6 + 9 =	2 + 7 =
9 + 5 =	3 + 9 =	1 + 4 =
4 + 1 =	8 + 8 =	3 + 2 =
5 + 3 =	4 + 9 =	7 + 9 =
3 + 3 =	8 + 2 =	0 + 8 =
6 + 4 =	4 + 5 =	5 + 7 =
7 + 6 =	2 + 5 =	3 + 1 =
9 + 8 =	6 + 6 =	7 + 7 =
5 + 6 =	7 + 8 =	5 + 1 =
3 + 8 =	0 + 9 =	1 + 2 =
2 + 6 =	4 + 8 =	9 + 8 =
7 + 3 =	1 + 9 =	6 + 0 =
8 + 5 =	7 + 2 =	8 + 4 =
9 + 4 =	6 + 1 =	5 + 9 =
7 + 4 =	4 + 3 =	0 + 7 =
5 + 4 =	8 + 9 =	3 + 7 =

1 + 7 =	3 + 4 =	9 + 1 =
5 + 2 =	2 + 1 =	8 + 7 =
4 + 4 =	3 + 5 =	2 + 9 =
6 + 7 =	5 + 5 =	2 + 2 =
9 + 3 =	4 + 2 =	4 + 6 =
5 + 8 =	8 + 6 =	8 + 3 =
0 + 4 =	9 + 2 =	7 + 1 =
2 + 3 =	6 + 5 =	7 + 5 =
6 + 8 =	4 + 7 =	6 + 2 =
9 + 7 =	1 + 3 =	9 + 6 =
1 + 6 =	2 + 4 =	8 + 1 =
2 + 8 =	3 + 6 =	9 + 9 =
6 + 3 =	6 + 9 =	2 + 7 =
9 + 5 =	3 + 9 =	1 + 4 =
4 + 1 =	8 + 8 =	3 + 2 =
5 + 3 =	4 + 9 =	7 + 9 =
3 + 3 =	8 + 2 =	0 + 8 =
6 + 4 =	4 + 5 =	5 + 7 =
7 + 6 =	2 + 5 =	3 + 1 =
9 + 8 =	6 + 6 =	7 + 7 =
5 + 6 =	7 + 8 =	5 + 1 =
3 + 8 =	0 + 9 =	1 + 2 =
2 + 6 =	4 + 8 =	9 + 8 =
7 + 3 =	1 + 9 =	6 + 0 =
8 + 5 =	7 + 2 =	8 + 4 =
9 + 4 =	6 + 1 =	5 + 9 =
7 + 4 =	4 + 3 =	0 + 7 =
5 + 4 =	8 + 9 =	3 + 7 =

1 + 7 =	3 + 4 =	9 + 1 =
5 + 2 =	2 + 1 =	8 + 7 =
4 + 4 =	3 + 5 =	2 + 9 =
6 + 7 =	5 + 5 =	2 + 2 =
9 + 3 =	4 + 2 =	4 + 6 =
5 + 8 =	8 + 6 =	8 + 3 =
0 + 4 =	9 + 2 =	7 + 1 =
2 + 3 =	6 + 5 =	7 + 5 =
6 + 8 =	4 + 7 =	6 + 2 =
9 + 7 =	1 + 3 =	9 + 6 =
1 + 6 =	2 + 4 =	8 + 1 =
2 + 8 =	3 + 6 =	9 + 9 =
6 + 3 =	6 + 9 =	2 + 7 =
9 + 5 =	3 + 9 =	1 + 4 =
4 + 1 =	8 + 8 =	3 + 2 =
5 + 3 =	4 + 9 =	7 + 9 =
3 + 3 =	8 + 2 =	0 + 8 =
6 + 4 =	4 + 5 =	5 + 7 =
7 + 6 =	2 + 5 =	3 + 1 =
9 + 8 =	6 + 6 =	7 + 7 =
5 + 6 =	7 + 8 =	5 + 1 =
3 + 8 =	0 + 9 =	1 + 2 =
2 + 6 =	4 + 8 =	9 + 8 =
7 + 3 =	1 + 9 =	6 + 0 =
8 + 5 =	7 + 2 =	8 + 4 =
9 + 4 =	6 + 1 =	5 + 9 =
7 + 4 =	4 + 3 =	0 + 7 =
5 + 4 =	8 + 9 =	3 + 7 =

1 + 7 =	3 + 4 =	9 + 1 =
5 + 2 =	2 + 1 =	8 + 7 =
4 + 4 =	3 + 5 =	2 + 9 =
6 + 7 =	5 + 5 =	2 + 2 =
9 + 3 =	4 + 2 =	4 + 6 =
5 + 8 =	8 + 6 =	8 + 3 =
0 + 4 =	9 + 2 =	7 + 1 =
2 + 3 =	6 + 5 =	7 + 5 =
6 + 8 =	4 + 7 =	6 + 2 =
9 + 7 =	1 + 3 =	9 + 6 =
1 + 6 =	2 + 4 =	8 + 1 =
2 + 8 =	3 + 6 =	9 + 9 =
6 + 3 =	6 + 9 =	2 + 7 =
9 + 5 =	3 + 9 =	1 + 4 =
4 + 1 =	8 + 8 =	3 + 2 =
5 + 3 =	4 + 9 =	7 + 9 =
3 + 3 =	8 + 2 =	0 + 8 =
6 + 4 =	4 + 5 =	5 + 7 =
7 + 6 =	2 + 5 =	3 + 1 =
9 + 8 =	6 + 6 =	7 + 7 =
5 + 6 =	7 + 8 =	5 + 1 =
3 + 8 =	0 + 9 =	1 + 2 =
2 + 6 =	4 + 8 =	9 + 8 =
7 + 3 =	1 + 9 =	6 + 0 =
8 + 5 =	7 + 2 =	8 + 4 =
9 + 4 =	6 + 1 =	5 + 9 =
7 + 4 =	4 + 3 =	0 + 7 =
5 + 4 =	8 + 9 =	3 + 7 =

1 + 7 =	3 + 4 =	9 + 1 =
5 + 2 =	2 + 1 =	8 + 7 =
4 + 4 =	3 + 5 =	2 + 9 =
6 + 7 =	5 + 5 =	2 + 2 =
9 + 3 =	4 + 2 =	4 + 6 =
5 + 8 =	8 + 6 =	8 + 3 =
0 + 4 =	9 + 2 =	7 + 1 =
2 + 3 =	6 + 5 =	7 + 5 =
6 + 8 =	4 + 7 =	6 + 2 =
9 + 7 =	1 + 3 =	9 + 6 =
1 + 6 =	2 + 4 =	8 + 1 =
2 + 8 =	3 + 6 =	9 + 9 =
6 + 3 =	6 + 9 =	2 + 7 =
9 + 5 =	3 + 9 =	1 + 4 =
4 + 1 =	8 + 8 =	3 + 2 =
5 + 3 =	4 + 9 =	7 + 9 =
3 + 3 =	8 + 2 =	0 + 8 =
6 + 4 =	4 + 5 =	5 + 7 =
7 + 6 =	2 + 5 =	3 + 1 =
9 + 8 =	6 + 6 =	7 + 7 =
5 + 6 =	7 + 8 =	5 + 1 =
3 + 8 =	0 + 9 =	1 + 2 =
2 + 6 =	4 + 8 =	9 + 8 =
7 + 3 =	1 + 9 =	6 + 0 =
8 + 5 =	7 + 2 =	8 + 4 =
9 + 4 =	6 + 1 =	5 + 9 =
7 + 4 =	4 + 3 =	0 + 7 =
5 + 4 =	8 + 9 =	3 + 7 =

1 + 7 =	3 + 4 =	9 + 1 =
5 + 2 =	2 + 1 =	8 + 7 =
4 + 4 =	3 + 5 =	2 + 9 =
6 + 7 =	5 + 5 =	2 + 2 =
9 + 3 =	4 + 2 =	4 + 6 =
5 + 8 =	8 + 6 =	8 + 3 =
0 + 4 =	9 + 2 =	7 + 1 =
2 + 3 =	6 + 5 =	7 + 5 =
6 + 8 =	4 + 7 =	6 + 2 =
9 + 7 =	1 + 3 =	9 + 6 =
1 + 6 =	2 + 4 =	8 + 1 =
2 + 8 =	3 + 6 =	9 + 9 =
6 + 3 =	6 + 9 =	2 + 7 =
9 + 5 =	3 + 9 =	1 + 4 =
4 + 1 =	8 + 8 =	3 + 2 =
5 + 3 =	4 + 9 =	7 + 9 =
3 + 3 =	8 + 2 =	0 + 8 =
6 + 4 =	4 + 5 =	5 + 7 =
7 + 6 =	2 + 5 =	3 + 1 =
9 + 8 =	6 + 6 =	7 + 7 =
5 + 6 =	7 + 8 =	5 + 1 =
3 + 8 =	0 + 9 =	1 + 2 =
2 + 6 =	4 + 8 =	9 + 8 =
7 + 3 =	1 + 9 =	6 + 0 =
8 + 5 =	7 + 2 =	8 + 4 =
9 + 4 =	6 + 1 =	5 + 9 =
7 + 4 =	4 + 3 =	0 + 7 =
5 + 4 =	8 + 9 =	3 + 7 =

ANSWERS

$1 + 7 = 8$

$5 + 2 = 7$

$4 + 4 = 8$

$6 + 7 = 13$

$9 + 3 = 12$

$5 + 8 = 13$

$0 + 4 = 4$

$2 + 3 = 5$

$6 + 8 = 14$

$9 + 7 = 16$

$1 + 6 = 7$

$2 + 8 = 10$

$6 + 3 = 9$

$9 + 5 = 14$

$4 + 1 = 5$

$5 + 3 = 8$

$3 + 3 = 6$

$6 + 4 = 10$

$7 + 6 = 13$

$9 + 8 = 17$

$5 + 6 = 11$

$3 + 8 = 11$

$2 + 6 = 8$

$7 + 3 = 10$

$8 + 5 = 13$

$9 + 4 = 13$

$7 + 4 = 11$

$5 + 4 = 9$

$3 + 4 = 7$

$2 + 1 = 3$

$3 + 5 = 8$

$5 + 5 = 10$

$4 + 2 = 6$

$8 + 6 = 14$

$9 + 2 = 11$

$6 + 5 = 11$

$4 + 7 = 11$

$1 + 3 = 4$

$2 + 4 = 6$

$3 + 6 = 9$

$6 + 9 = 15$

$3 + 9 = 12$

$8 + 8 = 16$

$4 + 9 = 13$

$8 + 2 = 10$

$4 + 5 = 9$

$2 + 5 = 7$

$6 + 6 = 12$

$7 + 8 = 15$

$0 + 9 = 9$

$4 + 8 = 12$

$1 + 9 = 10$

$7 + 2 = 9$

$6 + 1 = 7$

$4 + 3 = 7$

$8 + 9 = 17$

$9 + 1 = 10$

$8 + 7 = 15$

$2 + 9 = 11$

$2 + 2 = 4$

$4 + 6 = 10$

$8 + 3 = 11$

$7 + 1 = 8$

$7 + 5 = 12$

$6 + 2 = 8$

$9 + 6 = 15$

$8 + 1 = 9$

$9 + 9 = 18$

$2 + 7 = 9$

$1 + 4 = 5$

$3 + 2 = 5$

$7 + 9 = 16$

$0 + 8 = 8$

$5 + 7 = 12$

$3 + 1 = 4$

$7 + 7 = 14$

$5 + 1 = 6$

$1 + 2 = 3$

$9 + 8 = 17$

$6 + 0 = 6$

$8 + 4 = 12$

$5 + 9 = 14$

$0 + 7 = 7$

$3 + 7 = 10$

If you find a mistake in any of our books, please contact us
through genesiscurriculum.com to let us know.

Follow addition with subtraction. Learning facts is an important step, similar to learning phonics in reading. It will enable them to conquer harder math if they are fluent in the basics. Take the time to practice and gain fluency in math facts.

Genesis Curriculum takes a book of the Bible and turns it into daily lessons in science, social studies, and language arts. Daily lessons also include reading a portion from the Bible, practicing a weekly memory verse, discussing a thought-provoking question, and learning a Biblical language.

Genesis Curriculum also offers:

GC Steps: This is GC's preschool and kindergarten curriculum. There are three years (ages three through six) where kids will learn to read and write as well as develop beginning math skills.

A Mind for Math: This is GC's elementary school learning-together math program based on the curriculum's daily Bible reading. Children work together as well as have their own leveled workbook.

Rainbow Readers: These are leveled reading books. They each have a unique dictionary with the included words underlined in the text. They are also updated to use modern American spelling.